我的第一本
越南語發音
| QR碼行動學習版 |

全音檔下載導向頁面

https://globalv.com.tw/mp3-download-9789864544165/

進入網頁並註冊登入後，按「全書音檔下載請按此」連結，可一次性下載音檔壓縮檔，或點選檔名線上播放。
全MP3一次下載為zip壓縮檔，部分智慧型手機需安裝解壓縮程式方可開啟，iOS系統請升級至iOS 13以上。
此為大型檔案，建議使用WIFI連線下載，以免占用流量，並請確認連線狀況，以利下載順暢。

Lời mở đầu

Cùng với sự phát triển và hội nhập của nền kinh tế, ngày nay tiếng Việt đã được xếp vào hàng thứ 12 trên thế giới số đông người sử dụng và ngày càng được quảng bá rộng rãi hơn. Hàng năm, có không ít người nước ngoài có nhu cầu học tiếng Việt. Khi bắt đầu học một ngôn ngữ nào đó, điều đầu tiên chúng ta không thể bỏ qua chính là làm quen với bảng chữ cái và những quy luật của nó. Điều này vô cùng quan trọng, vì sẽ giúp cho người học dễ dàng tiếp cận được với ngôn ngữ đó.

Qua nhiều năm sinh sống, nghiên cứu và giảng dạy tại các trường học, doanh nghiệp, các trung tâm ngôn ngữ tại Đài Loan, tôi đã rút ra một số phương pháp giảng dạy mới, phù hợp với từng lứa tuổi, nghề nghiệp cũng như văn hóa, con người tại đất nước này. Nội dung cuốn sách đưa ra những kiến thức cơ bản nhất về nguồn gốc, lịch sử Tiếng Việt và đặc biệt còn bao gồm một trong những cách dạy, học dễ hiểu, thiết thực nhất cho cả người dạy và người học.

Từ kinh nghiệm giảng dạy tiếng Việt cho công dân Đài Loan, tôi nhận thấy có rất nhiều bạn đã lo lắng về cách phát âm của người miền Nam và miền Bắc. Vì vậy, cuốn sách này sẽ có đính kèm theo MP3 giới thiệu giọng nói của cả hai miền, giúp các học viên dễ dàng phân biệt được sự khác nhau về ngữ âm của vùng miền Việt Nam.

Sau mỗi chủ đề sẽ có các bài luyện tập, giúp người học rèn luyện kỹ năng nghe hiểu, đồng thời có cơ hội ôn luyện các từ mới đã học. Phần cuối sách là các bài học theo chủ đề thiết thực, luyện tập hội thoại cơ bản, giúp học viên có thể dễ dàng giao tiếp với người bản xứ.

Có thể nói cuốn sách này là quá trình tìm hiểu nghiên cứu chuyên sâu và tâm huyết của tác giả. Học viên cũng như độc giả hoàn thành cuốn sách này chắc chắn sẽ có được những kiến thức nhất định về tiếng Việt cơ bản và dễ dàng trong việc giao tiếp với người Việt. Tuy vậy, trong quá trình xây dựng cuốn sách, sẽ không tránh khỏi những thiếu sót và hạn chế, rất mong sự đóng góp của các thầy cô đồng nghiệp, các quý độc giả trong và ngoài nước. Hy vọng các độc giả yêu quý khi thưởng thức cuốn sách này sẽ có được niềm vui và sự thoải mái. Trân trọng !

Tác giả   *Nguyễn Thu Hằng*

前言

　　隨著經濟發展，越南語的應用現已高居世界前12名，最多人使用的語種之一，因此每年都有許多外國人開始學習越南語。當要開始學習越南語時，一定要先認識字母表，這是讓我們開始接觸這個語言的重要元素。一定要掌握住這些字母與其運作規則。

　　筆者依據經過了多年在台灣生活、研究，及於許多學校、企業與語言中心教學越南語的經驗，歸納出很多新的教學方法，適用於各種年齡，職業和文化的人。這本《我的第一本越南語發音》的內容記述有關越南語的起源、歷史，融入越南當地特殊的文化，內容容易理解且實用，適合教學者及學習者。

　　在教台灣人越語的過程中，我發現很多人對於南、北越發音感到困惑。所以這本書隨附的 MP3 亦收錄南、北越兩種不同的發音，有助於學員去分辨。

　　每個章節的後面有設計練習題，讀者可以從克漏字、看圖說故事的方式去練習這些實用的單字，來幫助記憶。書本的最後，有生活化的情境設定，讓您可以從中練習會話，掌握基本與越南人用越南語交談的方式。

　　本書可謂是筆者對於越南語教學經過深入研究的過程後所產生嘔心瀝血之作。各位讀者若能讀完這本書一定會學到實用、容易與越南人進行溝通的越南語。然而，在撰寫本書的過程當中，難免還是會遭遇一些不易克服、未臻完美之處，期盼各位親愛的讀者以及教學同業們能不吝給予建言及賜教。希望親愛的各位會喜歡這本書，並快樂地學習越南語。

作者　阮秋姮

目錄（Mục lục）

前言（Lời mở đầu） 2
字喃（Chữ Nôm） 7
漢越詞介紹（Giới thiệu về từ Hán Việt） 8
越南語概論（Giới thiệu về chữ Quốc ngữ） 9
越南語字母表（Bảng chữ cái tiếng Việt） 10
・雙母音表（Nguyên âm đôi） 11
・三母音表（Nguyên âm ba） 11
・複子音表（Phụ âm kép） 12
如何登打越南字？（Làm sao để gõ chữ tiếng Việt?） 13
母音與子音的結合（Sự kết hợp giữa nguyên âm và phụ âm） 14
子音及複子音型之尾音（Phụ âm cuối） 15
聲調（Thanh điệu） 16

Part 1　母音

- 母音練習-a,ă,â,e,ê,i 18
- 母音練習-y,o,ô,ơ,u,ư 20
  母音應用練習（a~ư） 22
- 雙母音練習-ai,ay,ây,ao,au,âu 24
- 雙母音練習-eo,êu,ia,iu,oa,oe 26
  雙母音應用練習（ai~oe） 28
- 雙母音練習-oi,ôi,ơi,ua,uê,ui 30
- 雙母音練習-uơ, uy, ưa, ưi, ưu 32
  雙母音應用練習（oi~ưu） 34
- 三母音練習-iêu,yêu,oai,oay,oeo,uây 36
- 三母音練習-uôi,ươi,ươu,uya,uyu 38
  三母音應用練習（iêu~uyu） 40

Part 2　子音

- 子音練習-b,c,d,đ,g,gh 42
- 子音練習-h,k,l,m,n 44
  子音應用練習（b~n） 46
- 子音練習-r,s,t,v,x 48

　　　　子音應用練習（r~x） 50
　• 子音練習-ph,qu,ch,tr,gi 52
　• 子音練習-kh,ng,ngh,nh,th 54
　　　　子音應用練習（ph~th） 56

Part 3　尾音

　• 尾音練習-ac,ăc,âc,ec 58
　• 尾音練習-oc,ôc,uc,ưc 60
　• 尾音練習-iêc,oac,oăc,uôc,ươc 62
　　　　尾音應用練習（ac~ươc） 64
　• 尾音練習-am,ăm,âm,em,êm 66
　• 尾音練習-im,om,ôm,ơm,um 68
　• 尾音練習-iêm,yêm,oam,oăm,uôm,ươm 70
　　　　尾音應用練習（am~yêm） 72
　• 尾音練習-an,ăn,ân,en,ên 74
　• 尾音練習-in,on,ôn,ơn,un 76
　　　　尾音應用練習（an~un） 78
　• 尾音練習-iên,yên,oan,oăn 80
　• 尾音練習-oen,uân,uôn,ươn,uyên 82
　　　　尾音應用練習（iên~uyên） 84
　• 尾音練習-at,ăt,ât,et,êt 86
　• 尾音練習-it,ot,ôt,ơt,ut 88
　　　　尾音應用練習（at~ut） 90
　• 尾音練習-ưt,iêt,oat,oet 92
　• 尾音練習-uât,uôt,ươt,uyêt,uyt 94
　　　　尾音應用練習（at~uyt） 96
　• 尾音練習-ap,ăp,âp,ep,êp,ip 98
　• 尾音練習-op,ôp,ơp,up,iêp,ươp 100
　　　　尾音應用練習（ap~ươp） 102
　• 尾音練習-ach,êch,ich,uêch 104
　• 尾音練習-anh,ênh,inh,oanh,uynh 106
　　　　尾音應用練習（ach~uynh） 108
　• 尾音練習-ang,ăng,âng,ong,ông,ung 110
　• 尾音練習-ưng,iêng,oang,oăng,uông,ương 112
　　　　尾音應用練習（ang~ương） 114

5

Part 4　聲調

- 平聲（Thanh ngang） ... 116
  平聲聽寫練習 ... 117
- 銳聲（Thanh sắc） ... 120
  銳聲聽寫練習 ... 121
- 玄聲（Thanh huyền） ... 124
  玄聲聽寫練習 ... 125
- 問聲（Thanh hỏi） ... 128
  問聲聽寫練習 ... 129
- 跌聲（Thanh ngã） ... 132
  跌聲聽寫練習 ... 133
- 重聲（Thanh nặng） ... 136
  重聲聽寫練習 ... 137

聲調應用練習 ... 140
越南語發音總練習
一、單字記憶大考驗 ... 142
二、單字分類練習 ... 146

Part 5　基礎應用

第1課　Cách chào hỏi 基本問候 ... 152
第2課　Chữ số 數字 ... 154
第3課　Cơ thể của tôi 我的身體 ... 156
第4課　Đây là cái gì? 這是什麼？ ... 158
第5課　Động từ cơ bản và tính từ cơ bản 越南語動詞及形容詞的念法 ... 160

Part 6　越南語發音辭典

越南語發音辭典 ... 162

字喃（Chữ Nôm）

「字喃」是越南人用的古文字。以前的越南人一直都認為自己是南方人（中國人是北方人）。所以越南人自己創造的文字系統，即稱為「字喃」。

字喃還被稱為國音字，這個文字系統可被用來記錄越南語的韻律，裡面包含漢-越詞與其他單字。字喃包含標準的漢字部首及其他單字的規則。

那字喃的來源是哪裡呢？又是何時被創造的？目前並沒有明確的答案。主要說法為西元初期幾世紀，在漢人征服交趾地區（北越）的時代。但也有很多其他的資料說明字喃出現於雄王時代或第二世紀東漢時代。

而在西元1990年的一些研究中，很多學者對於字喃出現時期的結論是自西元938年吳權敉平叛亂勝利後，越南人正式脫離北方中國統治的十世紀開始。

不過，字喃一開始只是用來記錄地名、人名或是用來取代漢文無法呈現的部分。但漸漸地，字喃也走進詩歌裡，具有感動人心、娛樂、及詞曲創作的功能。（14世紀－20世紀）

詩人阮攸的《金雲翹傳》及阮廷昭的《蓼雲仙》都是在歷史上相當重要的字喃詩歌傑作。

但到了現代，越南的國民教育已經沒有在教字喃了。但至今仍然能從在古詩、廟宇、古蹟等建築物上找到字喃的蹤跡。

字喃的結構小知識

字喃的結構其實很有趣，看起來就像是兩個中文字結合在一起。一般而言，一個字喃中的兩個中文字都各有其重要機能，其中一個作為越文字的「字義」、另外一個則為越文字的「發音」。此外，字喃的結合方式分別有左右結合及上下結合等方式。我們快點舉些例子來看看吧！

「左右結合」型　　　　　　　　「上下結合」型

a. 巴三　　　　　　　　b. 於在

如「a. 巴三（左巴右三）」為越語的「ba（三）」的字喃。如同左邊的「巴」是發音（ㄅㄚ 音同 ba），右邊的「三」是其字義；另外「b. 於在（上於下在）」則為「ở（在）」的字喃。上面的「於」是發音（古音近似 ở），下面的「在」則是它的字義。

如果能通盤深入了解字喃，對於學習越語也有很大的助益。不過，現今的越南社會中，普遍的國民教育裡並沒有教授字喃。只有在少數的大學裡才有機會能更深入的學習到或研究字喃。

漢越詞介紹（Giới thiệu về từ Hán Việt）

越南千年以來與中國的關係密切，在文化、生活等層面上帶來許多正向的影響。

首先最必要提出的是「漢越詞」。「漢越詞」是以越南語發音，但源自中國語文延伸而來的越南語詞彙。早期的漢越詞文字是漢文，隨著現代越語文字的發明，今日的漢越詞已改用拉丁字母來拼字。

大多數的漢越詞形成於第十世紀，當時的越南已成為一個獨立的國家。
根據越南語的形成，許多越南的文學家都將漢越詞分成 3 類：

－古漢越：在唐朝時代之前，漢文以口語交流的方式出現在越南語詞彙中。

－漢越：從唐朝時代到第 10 世紀，一些漢字融入越南語。

－漢越化：形成時間不明，而古漢越及漢越形態類似，但不屬於這兩者，被另外歸成一類的文字。

但無論如何皆不能否認，漢越詞對於越南語詞彙的演變具有非常大的貢獻。到了現代，漢越詞在越南語詞彙裡依然有相當大的佔比，並且在使用上非常普遍。

漢越詞的實際應用

如上所述，漢越詞的詞彙至今仍大量存在於越南語中，對於母語是中文的學習者而言，學習上會產生許多便利。

舉個例子來說，越南語中漢越詞為「công」時，大抵上等於許多中文唸作「ㄍㄨㄥ」的字。「công an」這個字的漢越詞是【公安】，也就是越南的「警察」的意思，下面我們再看一些例子會更加清楚（下方【 】內的指的是越語單字的漢越詞）：

　　　　công khai　【公開】公開　　công cộng　【公共】公共

剛剛也有提到，基本上「công」發音的漢越詞與唸作「ㄍㄨㄥ」的許多字都通，我們看看其他的用例：

　　　　công nhân　【工人】工人　　công lao　【功勞】功勞

如此一來，若要記憶漢越詞為「công」開頭的生字時，只要以憑著發音推敲，就能夠大概猜到中文的意思了，是不是很方便呢？

不過要小心，還是要注意有些字的漢越詞跟中文字義可能會意思有所出入，背單字時要注意。例如：

　　　　　　　　công tác　【工作】出差

中文裡「工作」跟「出差」意思還是有所不同吧！但是大體來說，只要懂得漢越詞的結構，背越語單字會變得輕鬆不費力喔！

越南語概論（*Giới thiệu về chữ Quốc Ngữ*）

十六世紀，西方的傳教士搭船自現今越南南定省的沿海上岸，將天主教傳給越南人的時候開始，也奠定了越南現今國字的里程碑。

傳教士們一開始要學習漢字及字喃來與越南本地人溝通，但是後來他們開始用拉丁字母來拼出越南語的發音。

最初抵達的是來自葡萄牙的傳教士，緊接而來的則是西班牙的傳教士，他們先後設計出這樣的字母架構，最後集大成造就了現代的越南語系統。在那個時代裡，越南人的發音被大量記載在天主教的文獻當中。

但這種字母拼音式的越南文經過了300年仍還未被列為正式的文字，直到法國人到了越南為止。西元1869年2月22號 Marie Gustave Hector Ohier 與當時的阮朝簽訂協議，從此在南越的應用的公文必須用拼音文字代替儒字。

西元1899年1月1日公布，往後的正式公文必須要用拼音式的越文字書寫。

在《嘉亭報》發布的同時，第一份以越南語撰寫的報紙隨之誕生。報中文句的拼寫清楚，展現出越南拼音文字的全面機能，成為未來許多越南文作品的開路者。越南語言與文字終於統一，成為現今的樣貌。

▲現今越南語拼音文字的創造者，法籍的 Alexandre de Rhodes 神父。

越南語字母表（Bảng chữ cái tiếng Việt）

越南語有29個字母

12個（單）母音

A a	Ă ă	Â â
E e	Ê ê	I i
O o	Ô ô	Ơ ơ
U u	Ư ư	Y y

17個（單）子音

B b	C c	D d
Đ đ	G g	H h
K k	L l	M m
N n	P p	Q q
R r	S s	T t
V v	X x	

雙母音表（Nguyên âm đôi）

23 個雙母音

B00-03.MP3　N00-03.MP3

AI ai	AY ay	ÂY ây	AO ao
AU au	ÂU âu	EO eo	ÊU êu
IA ia	IU iu	OA oa	OE oe
OI oi	ÔI ôi	ƠI ơi	UA ua
UÊ uê	UI ui	UƠ uơ	UY uy
ƯA ưa	ƯI ưi	ƯU ưu	

三母音表（Nguyên âm ba）

11 個三母音

B00-04.MP3　N00-04.MP3

IÊU iêu	OAI oai	OAY oay
OEO oeo	UÂY uây	UÔI uôi
ƯƠI ươi	ƯƠU ươu	UYA uya
UYU uyu	YÊU yêu	

11

複子音表（**Phụ âm kép**）

11 個複子音

CH ch	NH nh	GI gi
GH gh	NG ng	NGH ngh
KH kh	PH ph	QU qu
TH th	TR tr	

— ngh 與 ng 同源，只是在接續 a, u, o……等部分母音時會變成 ngh，故仍算雙子音。ngh 與母音的結合如下：

與母音結合：**e, ê, i**（例：nghe, nghê, nghĩ…）

與五個雙母音結合：**eo, êu, ia, iêu, iu**（例：nghèo, nghêu, nghĩa, nghiêu, nghiu）

與五個母音及尾音結合：**iêm, iên, iêng, ênh, inh**（例：nghiêm, nghiên, nghiêng, nghênh, nghinh）

— **gh** 只能與：**e, ê, i** 結合（例：ghe, ghê, ghế, ghi…）

— **q** 一定與 **u** 結合 = qu（例：quê, qua, quen…）

— **p** 一定與 **h** 結合 = ph（例：phở, phương, phi…）

— 雙子音有自己的發音方式，並非直接唸出各個子音的發音。

如何登打越南字？
（**Làm sao để gõ chữ tiếng Việt?**）

一般的越南人，都會在電腦下載這兩個軟體：Unikey 或 Vietkey。

主要有兩種打法：**TELEX** 及 **VNI**.

TELEX 打法

字母	打字方式	聲調	輸入例	結果
ă	aw	銳聲 (s)	nawngs	nắng
â	aa	玄聲 (f)	caanf	cần
đ	dd	問聲 (r)	dder	đẻ
ô	oo	跌聲 (x)	mooix	mỗi
ơ	ow	重聲 (j)	sowij	sợi
ê	ee		bee	bê
ư	uw, hoặc w		tuw	tư

UNI 打法

字母	打字方式	輸入例	結果
ă	a8	a8n	ăn
â	a6	a6n	ân
đ	d9	d9i	đi
ê	e6	e6m	êm
ô	o6	o6m	ôm
ơ	o7	co7m	cơm
ư	u7	cu7ng	cưng
sắc 銳聲	1	ca1	cá
huyền 玄聲	2	ba2	bà
hỏi 問聲	3	cha3	chả
ngã 跌聲	4	xa4	xã
nặng 重聲	5	lim5	lịm

母音與子音的結合
（Sự kết hợp giữa nguyên âm và phụ âm）

- 在越南語中，每一個字母都代表一個音，兩個字母以上的結合就可以是一個字 (須有母音及子音)。

  例如：

  $$b + a = ba$$

- 單字的基本組態是：子音 (單子音/複子音) + 母音 (單母音/雙母音/三母音) + 尾音 (單母音/子音/複子音) + 聲調。

  但也有些例外的情況如下：

  例如：

  Yêu (無子音)　　Hoa (無尾音)　　Út (無子音)

  ＊單字的結構組合有很多，但每個單字一定會有母音。

- 右邊這些母音一定要加尾音才能構成單字 (含母音型及子音型的尾音)：
  Â, IÊ, UÂ, UÔ, ƯƠ, YÊ

  例如：

  ân, yêu, uống

- Ă, OĂ, UYÊ 這三個母音一定要加子音型的尾音。

  例如：

  ăn, uyên, khoăn

- OA, OE, UÊ, UY 這四組雙母音可以獨立組成一個單字，或也可以添加子音、尾音或兩者都同時都添加。

  例如：

  ọe, toét, tuy

子音及複子音型之尾音（Phụ âm cuối）

越南語中，中子音型態的尾音共有以下8個：

- 有些尾音是由兩個子音結合成雙子音型態的尾音。
- 以 p, m 作尾音的字，在發音結束後須將嘴唇緊閉。
- 當尾音 c, ng 分別結合母音 o, ô, u 時，嘴型要鼓口，嘴巴裡要鼓出很大的空間才會發得準。
- 以 ch 及 p 作尾音時，只會出現聲調為銳聲 (thanh sắc) 或重聲 (thanh nặng) 的單字而已。

聲調（Thanh điệu）

越南語有聲調，相同的發音加上不同的聲調，就擁有不同的意思。

聲調表達了發音的音階高低，在每個音節呈現高度的轉變。

在越南語中，每個單字都只會有一個聲調。

在越南語中，一共有六個聲調：玄聲、銳聲、問聲、跌聲、重聲及平聲。

聲調會被標示在母音的上方，平聲則無任何標示，重聲則標示在下方。

碰到雙母音沒有尾音時，聲調會被標在倒數第二個字母上。例如：chùa, chìa, chửa…

若三母音或多母音有接尾音的話，聲調會被標在最後一個母音字母上。例如 ví dụ：vướng, tiếng, chuồng…

以下是越南語聲調的系統：

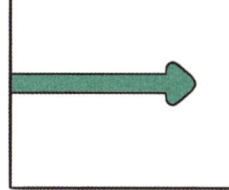　　　　　　　　　　　　　　　　　

平聲 (thanh ngang): **a**（無標記） 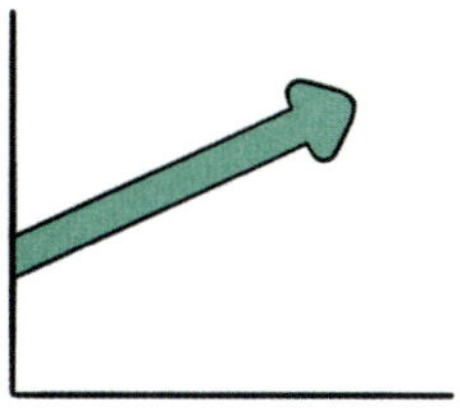　　銳聲 (thanh sắc): **á**　　　玄聲 (thanh huyền): **à**

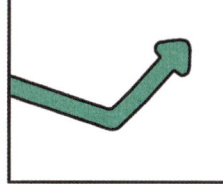　　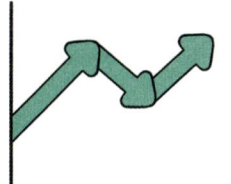　　

問聲 (thanh hỏi): **ả**　　　　　跌聲 (thanh ngã): **ã**　　　重聲 (thanh nặng): **ạ**

另外，越南語的南音中，問聲、跌聲、重聲的聲調與北音不一樣，圖如下（聽MP3時，南音的問聲～重聲請參考下面這三個圖）：

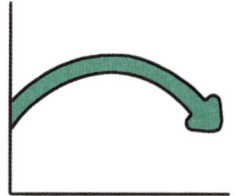　　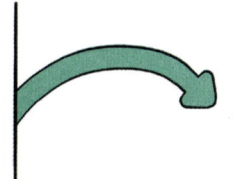　　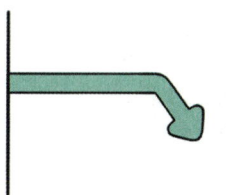

問聲 (thanh hỏi): **ả**　　　　　跌聲 (thanh ngã): **ã**　　　重聲 (thanh nặng): **ạ**

其中，南音的問聲及跌聲幾乎是一模一樣的，重聲則是先拉一段長音後才迅速下垂。

母音練習（a, ă, â, e, ê, i）

北音 B01-01.MP3
南音 N01-01.MP3

Aa

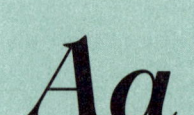

A
a

發音參考 發音時，將嘴巴張大，發出「啊」的音。

Ăă

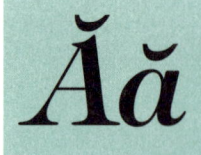

Ă
ă

發音參考 發音時，張開跟 A 一樣大的嘴型，但 ă 是短音，所以發出「啊」＋中文的 2 聲。

Ââ

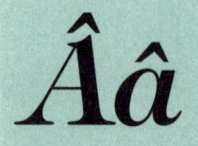

Â
â

發音參考 發音時，嘴型比 A 小，將音調上揚，念出「鵝」的音。

Ee

E
e

發音參考 發音時，嘴型呈現扁平狀地延伸到兩側，舌根往後縮。

Êê

Ê
ê

發音參考 與 E 相比，發音時嘴巴縮回來，嘴型比較小。

Ii

I
i

發音參考 在越南稱為「短 i」。發音時，跟中文的「一」發音相似。

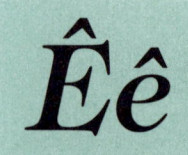

Part I 母音

單字練習（a, ă, â, e, ê, i）

 北音 B01-02.MP3　 南音 N01-02.MP3

 **con cá** 魚

 **ba lô** 背包

 **ăn** 吃

 **khăn** 圍巾

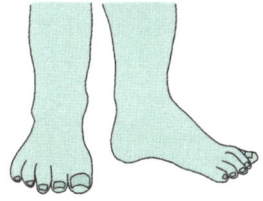 **chân** 腳

 **cái cân** 秤

 **em bé** 嬰兒

 北越 **quả me** / 南越 **trái me** 羅望子

 北越 **quả lê** / 南越 **trái lê** 水梨

 **chú hề** 小丑

 北越 **bí ngô** / 南越 **bí đỏ** 南瓜

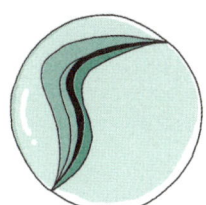 北越 **hòn bi** / 南越 **cục bi** 彈珠

母音練習（y, o, ô, ơ, u, ư）

北音 B01-03.MP3　南音 N01-03.MP3

Yy

Y
y

發音參考 與 i 的念法一樣，稱為「長 Y」，能單獨與其他母音或尾音結合。例： iêu（無意）跟 yêu（愛）。

Oo

O
o

發音參考 發音時，嘴巴呈半圓形，嘴型稍大發出「ㄛ」的發音。

Ôô

Ô
ô

發音參考 發音時同「o」，但嘴型呈現稍小。

Ơơ

Ơ
ơ

發音參考 發音時，嘴型比「o」更小，發出類似「ㄜ」的發音。

Uu

U
u

發音參考 發音時將嘴形嘟起，發出等同於「ㄨ」的發音。

Ưư

Ư
ư

發音參考 以類似ㄜ的嘴發出音型，但向兩側扁平延伸。

Part I 母音

單字練習（y, o, ô, ơ, u, ư）

 **y tá**
護士

 **kỹ sư**
工程師

 **con bò**
牛

 **con ong**
蜜蜂

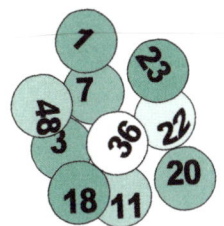 **xổ số**
樂透

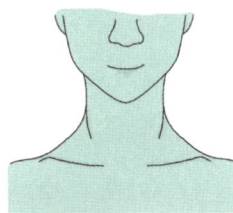 **cổ**
脖子

 **lá cờ**
旗

 **nơ**
結、領結

 **gù lưng**
駝背

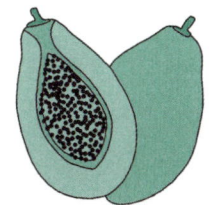 **đu đủ**
木瓜

 **sư tử**
獅子

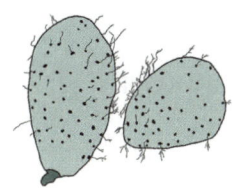 **củ từ**
甘薯

✓✗ 母音應用練習（a~ư）

 北音  南音
B01-05.MP3　N01-05.MP3

一 聽力測驗（請試寫出你聽到的音）

1. _____ 2. _____ 3. _____ 4. _____ 5. _____

6. _____ 7. _____ 8. _____ 9. _____ 10. _____

 北音 南音
B01-06.MP3　N01-06.MP3

二 聽力測驗（請選出你聽到的音）

1. o / ư　　2. ơ / ư　　3. ô / u　　4. ê / e　　5. i / e

三 大小寫轉換

1. Ô → _____　　2. Ư → _____
3. Ơ → _____　　4. ă → _____
5. ê → _____　　6. Â → _____

四 克漏字

1. k____ sư　　工程師　　2. s____ t____　獅子
3. đ____ đ____　木瓜　　4. n____　　　結、領結
5. con c____　　魚　　　　6. cái c____ n　秤
7. chú h____　　小丑　　　8. b____ lo　　背包

五 選擇練習

(　) 1. 牛　　❶ con bò　　❷ con bơ
(　) 2. 吃　　❶ ăn　　　　❷ ân
(　) 3. 樂透　❶ xỏ só　　❷ xổ số
(　) 4. 嬰兒　❶ em bế　　❷ em bé
(　) 5. 腳　　❶ chên　　　❷ chân

22

Part I 母音

六 連連看

A B C D

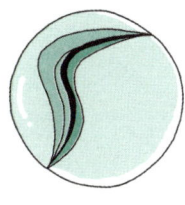   

lá cờ　　　北越 hòn bi　　　北越 quả lê　　　北越 quả me
　　　　　南越 cục bi　　　南越 trái lê　　　南越 trái me

解答

一 1. o 2. ơ 3. ư 4. ô 5. u 6. ư 7. ê 8. ă 9. â 10. e
二 1. ư 2. ơ 3. ô 4. ê 5. i
三 1. Ô → ô 2. Ư → ư 3. Ơ → ơ 4. ă → Ă 5. ê → Ê 6. Â → â
四 1. kỹ sư 2. sư tử 3. đu đủ 4. nơ 5. con cá 6. cái cân 7. chú hề 8. ba lô
五 1. ❶ con bò 2. ❶ ăn 3. ❷ xổ số 4. ❷ em bé 5. ❷ chân
六 A 北 hòn bi (南 cục bi) B lá cờ C 北 quả lê (南 trái lê) D 北 quả me (南 trái me)

23

 **雙母音練習**（ai, ay, ây, ao, au, âu）　北音　南音

B01-07.MP3　N01-07.MP3

AI ai

AI

ai

發音參考　發音時發出「ㄚㄧ（ㄚ音稍長）」的音，記得重音放在 a。

AY ay

AY

ay

發音參考　發音時發出「ㄚㄧ（ㄧ音稍長）」的音，記得重音放在 y。

ÂY ây

ÂY

ây

發音參考　發音時發出等同英文 A 的發音，重音則放在 â。

AO ao

AO

ao

發音參考　發音時發出「ㄚㄡ（ㄚ音稍長）」的音，a 的音拖得較長，但結束時停留在 o 的嘴型。

AU au

AU

au

發音參考　發音時發出「ㄚㄨ（短促音）」的音，記得結束時停留 u 的嘴型。

ÂU âu

ÂU

âu

發音參考　發音時發出等同「ㄡ」的發音，但結束時停留在 u 的嘴型。

Part I 母音

單字練習（ai, ay, ây, ao, au, âu）

 北音 B01-08.MP3
 南音 N01-08.MP3

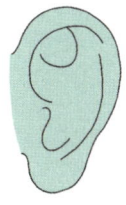 **cái tai** 耳朵

 **củ cải** 蘿蔔

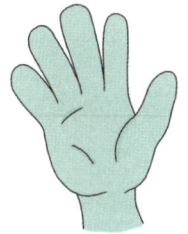 **cái tay** 手

 **máy bay** 飛機

 **cây** 樹

 **gậy** 棍子

 **áo dài** 奧黛

 **tờ báo** 報紙

 **số sáu** （數字）六

 **giàu có** 富有

 **con trâu** 水牛

 **cái đầu** 頭

 ## 雙母音練習（eo, êu, ia, iu, oa, oe）

 北音 B01-09.MP3
 南音 N01-09.MP3

EO eo

EO
eo

發音參考　發音時發出如中文「ㄝㄛ」的音，但 e 的音拉得比較長。

ÊU êu

ÊU
êu

發音參考　發音時發出如中文「ㄝㄨ」的音，訣竅是在唸「ê + u」的音唸得很快。

IA ia

IA
ia

發音參考　發音時發出如同「ㄧㄜ」的音（此組合裡的 a 不按照常規發音）。

IU iu

IU
iu

發音參考　發音時發出如中文「ㄧㄨ」的音，訣竅是在唸「i + u」時唸得很快。。

OA oa

OA
oa

發音參考　發音時發出如中文「ㄨㄚ」的音，結束嘴型是開口的。

OE oe

OE
oe

發音參考　發音時發出如中文「ㄨㄝ」的音（ㄝ音拉長，e 必須呈現是扁平狀的嘴型）。

Part I 母音

🔗 單字練習（eo, êu, ia, iu, oa, oe）

B01-10.MP3　N01-10.MP3

con mèo
貓

kéo co
拔河

cái phễu
漏斗

kêu ca
哀哀叫

圖文：天啊！

nghĩa địa
墓園

cây mía
甘蔗

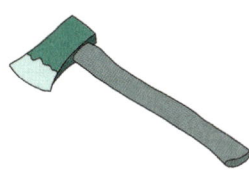
cái rìu
斧頭

chịu khó
認真、吃苦耐勞

họa sĩ
畫家

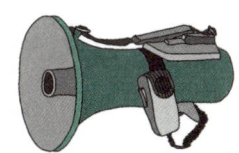
cái loa
揚聲器

khỏe
健康

khoe khoang
炫耀

27

 **雙母音應用練習**（ai~oe）

一 聽力測驗（請試寫出你聽到的音）

1. _____   2. _____   3. _____   4. _____   5. _____

6. _____   7. _____   8. _____   9. _____   10. _____

二 聽力測驗（請選出你聽到的音）

1. ai / ay   2. ao / au   3. ia / iu   4. oa / oe   5. eo / êu

三 大小寫轉換

1. ÊU → _____   2. ao → _____
3. ÂU → _____   4. OE → _____
5. ây → _____   6. AY → _____

四 克漏字

1. m____ b____   飛機
2. ngh____ đ____   墓園
3. con tr____   水牛
4. kh____ khoang   炫耀
5. c____ m____   甘蔗
6. h____ sĩ   畫家
7. k____ co   拔河
8. tờ b____   報紙

五 選擇練習

(　) 1. 耳朵   ❶cái tai   ❷cái tay
(　) 2. 樹   ❶cay   ❷cây
(　) 3. 漏斗   ❶cái phễu   ❷cái phẽo
(　) 4. 斧頭   ❶cái rìa   ❷cái rìu
(　) 5. 富有   ❶giầu có   ❷giàu có

28

Part I 母音

六 連連看

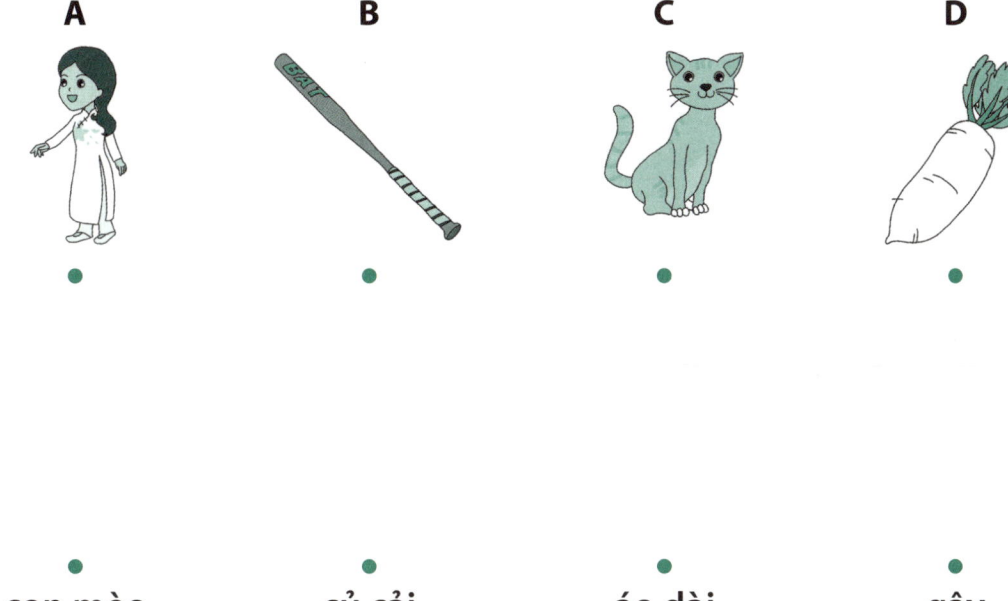

A　　　　　　B　　　　　　C　　　　　　D

con mèo　　　củ cải　　　áo dài　　　gậy

💡 解答

一　1. **ai**　2. **ay**　3. **eo**　4. **ao**　5. **ia**　6. **au**　7. **êu**　8. **ia**　9. **iu**　10. **oa**

二　1. **ay**　2. **ao**　3. **ia**　4. **oe**　5. **êu**

三　1. ÊU → **êu**　2. ao → **AO**　3. ÂU → **âu**　4. OE → **oe**　5. ây → **ÂY**　6. AY → **ay**

四　1. m**áy** b**ay**　2. ngh**ĩa** đ**ịa**　3. con tr**âu**　4. kh**oe** kho**an**g　5. c**ây** m**ía**　6. h**ọa** sĩ
　　7. k**éo** co　8. tờ b**áo**

五　1. ❶ c**ái** tai　2. ❷ c**ây**　3. ❶ c**ái** phễu　4. ❷ c**ái** rìu　5. ❷ gi**àu** có

六　Ⓐ áo dài　Ⓑ gậy　Ⓒ con mèo　Ⓓ củ cải

29

 **雙母音練習**（oi, ôi, ơi, ua, uê, ui） 北音  南音

B01-13.MP3　　N01-13.MP3

OI oi

OI
oi

發音參考 發音時，將 oi 越語 o 的音及越語 i 的音相互結合並快速唸過去即可。

ÔI ôi

ÔI
ôi

發音參考 發音時，將 ôi 越語 ô 的音 + 越語 i 的音相互結合並快速唸過去即可。

ƠI ơi

ƠI
ơi

發音參考 發音時，將 ơi 越語 ơ 的音 + 越語 i 的音相互結合並快速唸過去即可。

UA ua

UA
ua

發音參考 ua 發音時，發出 u+ ㄜ的音（此組合裡的 a 不按照常規發音）。

UÊ uê

UÊ
uê

發音參考 發音時，將 uê 越語 u 的音 + 越語 ê 的音相互結合並快速唸過去即可。

UI ui

UI
ui

發音參考 發音時，將 ui 越語 u 的音 + 越語 i 的音相互結合並快速唸過去即可。

Part I 母音

單字練習（oi, ôi, ơi, ua, uê, ui）

 北音 B01-14.MP3
 南音 N01-14.MP3

 **bói toán** 算命

 **hói đầu** 禿頭

 **hôi thối** 臭

 **Hội An** 會安

 **thời gian** 時間

 **đi chơi** 去玩

 **chùa chiền** 寺廟

 **của cải** 財產

 北越 **hoa huệ** / 南越 **bông huệ** 晚香玉

 **thuê xe** 租車

 **cái mũi** 鼻子

 **núi cao** 高山

31

 ## 雙母音練習（**uơ, uy, ưa, ưi, ưu**）

 北音 B01-15.MP3

 南音 N01-15.MP3

Uơ uơ

Uơ

uơ

發音參考　uơ 發音時，將越語 u 的音及越語 ơ 的音相互結合並快速唸過去即可。

UY uy

UY

uy

發音參考　uy 發音時，將越語 u 的音及越語 y 的音結合念快（重音放在 y）。

ƯA ưa

ƯA

ưa

發音參考　ưa 發音時，發出「ư+ ㄜ」的音（此組合裡的 a 不按照常規發音）。

ƯI ưi

ƯI

ưi

發音參考　ưi 發音時，將越語 ư 的音及越語 i 的音結合念快（重音放在 ư）。

ƯU ưu

ƯU

ưu

發音參考　ưu 發音時，將越語 ư 的音及越語 u 的音結合並快速唸過去即可。

Part I 母音

 **單字練習**（ uơ, uy, ưa, ưi, ưu ）

 北音 B01-16.MP3
 南音 N01-16.MP3

quở trách
責罵
＊q為罕見子音，發音同qu
（請參考52頁）。

thuở nhỏ
小時候

hủy hoại
毀壞

quỳ
跪

con ngựa
馬

bừa bãi
亂七八糟

北越 **ngửi**
南越 **hửi**
聞

chửi bới
罵

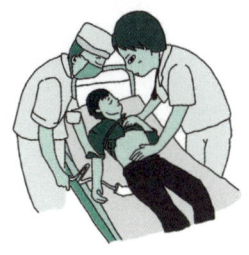

cấp cứu
急救

sưu tập
收集

33

✓✗ 雙母音應用練習（oi~ưu）

一 聽力測驗（請試寫出你聽到的音）

1. _____ 2. _____ 3. _____ 4. _____ 5. _____

6. _____ 7. _____ 8. _____ 9. _____ 10. _____

二 聽力測驗（請選出你聽到的音）

1. uy / ui   2. ưu / ưi   3. oi / ôi   4. ưa / ua   5. ơi / ui

三 大小寫轉換

1. ÔI → _____   2. ƯA → _____
3. ưu → _____   4. Ơl → _____
5. UÊ → _____

四 克漏字

1. h____ th____   臭   2. c____ cải   財產
3. cái m____   鼻子   4. b____ bãi   亂七八糟
5. th____ gian   時間   6. cấp c____   急救
7. s____ tập   收集   8. 北 ng____   聞
                              南 h____

五 選擇練習

( ) 1. 算命   ❶ bói toán   ❷ bới toán
( ) 2. 小時候   ❶ thuể nhỏ   ❷ thuở nhỏ
( ) 3. 去玩   ❶ đi chơi   ❷ đi chôi
( ) 4. 跪   ❶ quỳ   ❷ qưi
( ) 5. 馬   ❶ con ngụa   ❷ con ngựa

六 連連看

A   B   C   D

北越 ngửi   chùa chiền   Hội An   北越 hoa huệ
南越 hửi   南越 bông huệ

解答

一 1. ôi 2. ua 3. ui 4. uy 5. ưa 6. ơi 7. ươ 8. uê 9. ưu 10. oi
二 1. uy 2. ưu 3. oi 4. ua 5. ơi
三 1. ÔI → ôi 2. ƯA → ưa 3. ưu → ƯU 4. Ơl → ơi 5. UÊ → uê
四 1. hôi thối 2. của cải 3. cái mũi 4. bừa bãi 5. thời gian 6. cấp cứu 7. sưu tập
    8. 北 ngửi (南 hửi)
五 1. ❶ bói toán 2. ❷ thuở nhỏ 3. ❶ đi chơi 4. ❶ quỳ 5. ❷ con ngựa
六 Ⓐ chùa chiền Ⓑ Hội An Ⓒ 北 hoa huệ (南 bông huệ) Ⓓ 北 ngửi (南 hửi)

35

三母音練習
（**iêu, yêu, oai, oay, oeo, uây**）

 北音 B01-19.MP3
 南音 N01-19.MP3

● 三母音都屬於長音

IÊU iêu

IÊU

iêu

發音參考　依序將越語 i + ê + u 這三個母音結合在一起，然後快速地唸過即可。

YÊU yêu

YÊU

yêu

發音參考　與 iêu 的發音相同，但 yêu 不會與任何子音或雙子音結合，只會單獨應用。

OAI oai

OAI

oai

發音參考　依序將越語 o + a + i 這三個母音結合在一起，然後快速地唸過即可 (請注意重音放在 oa)。

OAY oay

OAY

oay

發音參考　依序將越語 o + a + y 這三個母音結合在一起，然後快速地唸過即可 (請注音重音放在 y, oay 要拉長音)。

OEO oeo

OEO

oeo

發音參考　依序將越語 o + e + o 這三個母音結合在一起，然後快速地唸過，發音結束時嘴型呈嘟嘴狀。

UÂY uây

UÂY

uây

發音參考　依序將越語 u + ây 這兩個母音結合在一起，然後快速地唸過即可。

單字練習
（iêu, yêu, oai, oay, oeo, uây）

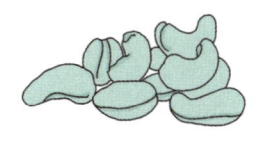

北越 h**iê**u
南越 h**ộ**t đ**iề**u
腰果

s**iê**u thị
超市

người y**êu**
情人

y**ếu** đuối
虛弱、脆弱

kem x**oài**
芒果冰

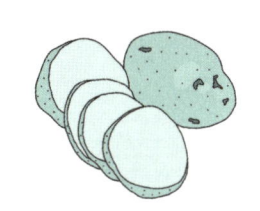

kh**oai** tây
馬鈴薯

ghế x**oay**
轉椅

gió x**oáy**
龍捲風

ng**oéo** tay
打勾勾

ng**oẹo** cổ
扭脖子

q**uầy** hàng
攤位

*q為罕見子音，發音同qu
（請參考52頁）。

北越 kh**uấy** bột
南越 q**uậy** bột
攪拌麵粉

三母音練習
（ uôi, ươi, ươu, uya, uyu ）

北音 B01-21.MP3
南音 N01-21.MP3

UÔI uôi

UÔI
uôi

發音參考　依序將越語 u + ôi 這兩個母音結合在一起，然後快速地唸過即可。

ƯƠI ươi

ƯƠI
ươi

發音參考　依序將越語 ươ + i 這兩個母音結合在一起，然後快速地唸過即可。

ƯƠU ươu

ƯƠU
ươu

發音參考　依序將越語 ư + ơu 這兩個母音結合在一起，然後快速地唸過即可。

UYA uya

UYA
uya

發音參考　依序快速唸出越語 u + y ㄝ 這樣的組合即可 (請注音這個組合中的 a 並不按照常規發音)。

UYU uyu

UYU
uyu

發音參考　依序將越語 u + y + u 這三個母音結合在一起，然後快速地唸過，發音結束時嘴型呈嘟嘴狀。

38

Part I 母音

單字練習（uôi, ươi, ươu, uya, uyu）

北音 B01-22.MP3　南音 N01-22.MP3

muối
鹽巴

北越 **quả chuối**
南越 **trái chuối**
香蕉

北越 **hoa tươi**
南越 **bông tươi**
鮮花

北越 **quả bưởi**
南越 **trái bưởi**
柚子

con hươu
鹿

北越 **rượu gạo**
南越 **rượu nếp**
rượu đế
米酒

đêm khuya
深夜

ăn khuya
吃宵夜

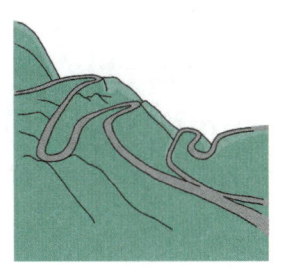

khuỷu tay
手肘

khúc khuỷu
（道路）蜿蜒

39

三母音應用練習（iêu~uyu）

一 聽力測驗（請試寫出你聽到的音）

1. _____ 2. _____ 3. _____ 4. _____ 5. _____

6. _____ 7. _____ 8. _____ 9. _____ 10. _____

二 聽力測驗（請選出你聽到的音）

1. oai / oay　2. uây / uôi　3. uôi / ươi　4. uya / uyu　5. oeo / ươu

三 大小寫轉換

1. IÊU ➔ _____　　2. OAI ➔ _____
3. oay ➔ _____　　4. uây ➔ _____
5. uôi ➔ _____

四 克漏字

1. ghế x_____　　轉椅　　2. yếu đ_____　　虛弱、脆弱
3. kem x_____　　芒果冰　　4. s_____ thị　　超市
5. đêm kh_____　　深夜　　6. kh_____ tay　　手肘
7. 北 quả ch_____　　香蕉　　8. gió x_____　　龍捲風
　 南 trái ch_____

五 選擇練習

（　）1. 馬鈴薯　❶khoai tây　❷khuây tây
（　）2. 情人　❶người yêu　❷người iêu
（　）3. 扭脖子　❶ngoạy cổ　❷ngoẹo cổ
（　）4. 鹿　❶con hươu　❷con hiêu
（　）5. 鹽巴　❶mối　❷muối

六 連連看

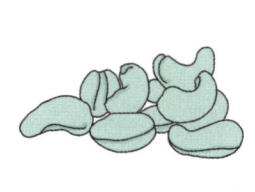

A　　　　**B**　　　　**C**　　　　**D**

㊗北 hạt điều　　㊗北 rượu gạo　　㊗北 quả bưởi　　㊗北 hoa tươi
㊙南 hột điều　　㊙南 rượu nếp　　㊙南 trái bưởi　　㊙南 bông tươi
　　　　　　　　rượu đế

解答

一 1. iêu (yêu) 2. oai 3. oeo 4. uây 5. uyu 6. uôi 7. oay 8. ươi 9. ươu 10. oay

二 1. oai 2. uôi 3. uôi 4. uya 5. ươu

三 1. IÊU → iêu 2. OAI → oai 3. oay → OAY 4. uây → UÂY 5. uôi → UÔI

四 1. ghế x**oay** 2. y**ếu** đ**uối** 3. kem x**oài** 4. s**iêu** thị 5. đêm kh**uya** 6. kh**uỷu** tay
7. ㊗北 quả ch**uối** (㊙南 trái ch**uối**) 8. gió x**oáy**

五 1. ❶khoai tây 2. ❶người yêu 3. ❷ngoẹo cổ 4. ❶con hươu 5. ❷muối

六 Ⓐ ㊗北 hoa tươi (㊙南 bông tươi) Ⓑ ㊗北 quả bưởi (㊙南 trái bưởi) Ⓒ ㊗北 hạt điều (㊙南 hột điều)
Ⓓ ㊗北 rượu gạo (㊙南 rượu nếp, rượu đế)

子音練習（b, c, d, đ, g, gh）

北音 B02-01.MP3　南音 N02-01.MP3

Bb

B
b

發音參考　b 為屬嘴唇音，這個音類似ㄅ的發音，只是發出的唇音很輕。

Cc

C
c

發音參考　c 為舌根音，這個音唸出時類似中文的「個」。

Dd

D
d

發音參考　唸 d 時需以舌尖接觸牙齒，發出類似「ze」的音。

Đđ

Đ
đ

發音參考　唸 đ 時，將舌面與上顎平行接觸後發音，輕輕地發出類似「的」發音。

Gg

G
g

發音參考　g 為舌根音，發音時拖曳感地發出類似「個」的發音。

GH gh

GH
gh

發音參考　gh 的發音與 g 相同，但他只會和 e, ê, i（開頭）等母音結合而已。

Part II 子音

單字練習（b, c, d, đ, g, gh）

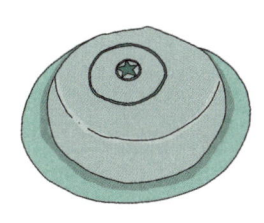

北音 B02-02.MP3　南音 N02-02.MP3

bánh
餅

bò bê
小牛

cơm
飯

con cò
鸛

da
皮膚

dưa hấu
西瓜

北越 **hòn đá**
南越 **cục đá**
石頭

đi bộ
走路

gỗ
木頭

gà con
小雞

ghế
椅子

ghi chép
抄寫

43

子音練習（h, k, l, m, n）

北音 B02-03.MP3　南音 N02-03.MP3

Hh

H
h

發音參考　h 屬於喉音，發音時口型同注音的ㄏ。

Kk

K
k

發音參考　k 為舌根與上顎的碰觸音，字母的發音為「嘎」，拼在單字裡的讀法同注音的「ㄍ」（與 c 相同）。

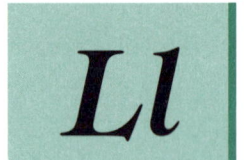

Ll

L
l

發音參考　唸 l 時，須將舌尖碰觸上牙後發音，口型同注音的ㄌ。

Mm

M
m

發音參考　唸 m 時需將雙唇相碰，發時的口型同注音的ㄇ。

Nn

N
n

發音參考　n 的發音類似「呢＋中文的三聲」。

44

Part II 子音

單字練習（h, k, l, m, n）

B02-04.MP3　北音
N02-04.MP3　南音

hát
唱歌

hài hước
風趣

kèn bầu
越南嗩吶

kim chỉ
針線

chiếc lá
葉子

lớp học
教室

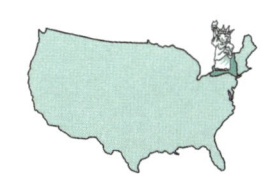

Mỹ
美國

mèo con
小貓

nước
水

nấu nướng
烹飪

45

子音應用練習（b~n）

一 聽力測驗（請試寫出你聽到的音）

1. _____ 2. _____ 3. _____ 4. _____ 5. _____

6. _____ 7. _____ 8. _____ 9. _____ 10. _____

二 聽力測驗（請選出你聽到的音）

1. g / c　　2. b / m　　3. d / đ　　4. l / đ　　5. m / n

三 大小寫轉換

1. B → _____　2. c → _____　3. D → _____　4. Đ → _____
5. g → _____　6. gh → _____　7. H → _____　8. L → _____
9. m → _____　10. N → _____

四 克漏字

1. ____ò____ê　　　　小牛　　2. ____i chép　　　抄寫
3. ____ài____ước　　風趣　　4. ____èo____on　　小貓
5. ____ưa____ấu　　　西瓜　　6. ____i____ộ　　　走路
7. ____ấu____ương　　烹飪　　8. ____à____on　　　小雞

五 選擇練習

(　) 1. 飯　　❶cơm　　❷com
(　) 2. 美國　❶Mỹ　　　❷Lỹ
(　) 3. 皮膚　❶ga　　　❷da
(　) 4. 椅子　❶ghế　　❷gế
(　) 5. 木頭　❶gỗ　　　❷cỗ

Part II 子音

六 連連看

A **B** **C** **D**

chiếc lá   北越 hòn đá   lớp học   kim chỉ
　　　　　　南越 cục đá

💡 解答

一 1. b　2. c　3. d　4. h　5. đ　6. m　7. l　8. n　9. k　10. gh (g)

二 1. g　2. b　3. đ　4. l　5. n

三 1. B → b　2. c → C　3. D → d　4. Đ → đ　5. g → G　6. gh → GH　7. H → h　8. L → l
　 9. m → M　10. N → n

四 1. bò bê　2. ghi chép　3. hài hước　4. mèo con　5. dưa hấu　6. đi bộ　7. nấu nướng
　 8. gà con

五 1. ❶cơm　2. ❶Mỹ　3. ❷da　4. ❶ghế　5. ❶gỗ

六 Ⓐchiếc lá　Ⓑlớp học　Ⓒkim chỉ　Ⓓ北hòn đá (南cục đá)

47

子音練習（r, s, t, v, x）

北音 B02-07.MP3
南音 N02-07.MP3

Rr

R

r

發音參考 r 是捲舌音，發音時類似中文「惹」。

Ss

S

s

發音參考 s 為捲舌氣音，發音時類似中文的「捨」。

Tt

T

t

發音參考 唸 t 時，須將舌尖與上顎接觸後發音，類似中文的「的」。

Vv

V

v

發音參考 唸 v 時，須將上排的牙齒咬住下唇所發出的音。

Xx

X

x

發音參考 唸 x 時，須咬牙從舌尖吐出氣音，發音類似注音的「ㄙㄜˇ」。

Part II 子音

🔗 單字練習（r, s, t, v, x）

北音 B02-08.MP3　南音 N02-08.MP3

rơm rạ
稻梗

rổ rá
篩籃

sông
河

sách
書

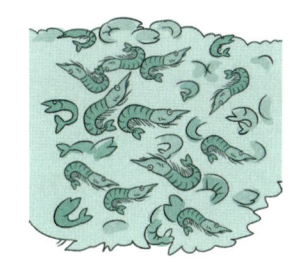

北越 **quả táo**
南越 **trái táo**
蘋果

tôm tép
蝦米

vẽ
畫畫

con ve
蟬

xe
車

xích–lô
人力三輪車

49

子音應用練習（r~x）

一 聽力測驗（請試寫出你聽到的音）

1. _____ 2. _____ 3. _____ 4. _____ 5. _____

6. _____ 7. _____ 8. _____ 9. _____ 10. _____

二 聽力測驗（請選出你聽到的音）

1. s / x   2. r / s   3. t / v   4. s / t   5. x / s

三 大小寫轉換

1. R → _____   2. t → _____   3. V → _____   4. T → _____
5. v → _____   6. S → _____   7. X → _____   8. t → _____
9. r → _____   10. x → _____

四 克漏字

1. ____ ích-lô   人力三輪車   2. con ____ e   蟬
3. ____ ôm ____ ép   蝦米   4. ____ ông   河
5. ____ ách   書   6. ____ ổ ____ á   篩籃
7. ____ e   車   8. 北 quả ____ áo   蘋果
                                         南 trái ____ áo

五 選擇練習

（　）1. 河   ❶sông   ❷xông
（　）2. 蝦米   ❶tôm tép   ❷đôm tép
（　）3. 篩籃   ❶rổ rá   ❷dổ dá
（　）4. 車   ❶xe   ❷se

Part II 子音

六 連連看

A B C D

• • • •

• • • •

rơm rạ con ve sách 🇳 **quả táo**
　　　　　　　　　　　　　　🇸 **trái táo**

💡 解答

一 1. t 2. r 3. v 4. t 5. x 6. s 7. x 8. v 9. s 10. r
二 1. s 2. r 3. v 4. t 5. x
三 1. R → t 2. t → T 3. V → v 4. T → t 5. v → V 6. S → s 7. X → x 8. t → T 9. r → R 10. x → X
四 1. xích-lô 2. con ve 3. tôm tép 4. sông 5. sách 6. rổ rá 7. xe 8. 北 quả táo (南 trái táo)
五 1. ❶ sông 2. ❶ tôm tép 3. ❶ rổ rá 4. ❶ xe
六 Ⓐ con ve Ⓑ rơm rạ Ⓒ 北 quả táo (南 trái táo) Ⓓ sách

✏️ 子音練習（ph, qu, ch, tr, gi）

北音 B02-11.MP3　南音 N02-11.MP3

PH ph

PH

ph

發音參考 在越南語中 p 通常與 h 一起出現，發音類似注音的「ㄈ」。

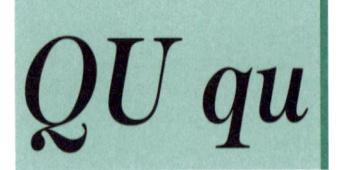

QU qu

QU

qu

發音參考 在越南語中 q 通常與 u 一起出現，發音類似中文的「姑」。此外，會有少數的單字以 q 為子音，此時發音與 qu 相同。

CH ch

CH

ch

發音參考 唸 ch 時，發音類似「者」，但發音較輕，無捲舌音。

TR tr

TR

tr

發音參考 唸 tr 時，發音類似「扯」，發音較重，有捲舌音。

GI gi

GI

gi

發音參考 請注意 gi 的字母發音念「zi」，拼在單字裡的讀法念「ze」，與「d」相同。

Part II 子音

單字練習（ph, qu, ch, tr, gi）

北音 B02-12.MP3
南音 N02-12.MP3

phòng bán vé
售票處

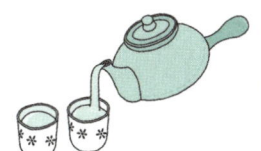

北越 **pha chè**
南越 **pha trà**
泡茶

quà lưu niệm
紀念品

quê hương
家鄉

cái chuông
鈴鐺

chim chóc
鳥

trời
天

trống đồng
銅鼓

giun
蚯蚓

giếng nước
水井

53

子音練習（kh, ng, ngh, nh, th）

北音 B02-13.MP3　南音 N02-13.MP3

KH kh

KH
kh

發音參考　唸 kh 時，須將舌根碰觸上顎發出氣音，發音類似中文的「可」。

NG ng

NG
ng

發音參考　唸 ng 時，須將舌根碰觸上顎（同「個」的方式）而後輕放，發出類似中文「呢」的音。

NGH ngh

NGH
ngh

發音參考　ngh 的發音與 ng 一模一樣。通常只跟 e, ê, i 等（開頭的）母音結合。

NH nh

NH
nh

發音參考　唸 nh 時，須帶一點鼻音，以舌根與上顎碰觸所發出來的音。

TH th

TH
th

發音參考　唸 th 時，以舌尖彈出氣音，類似注音的「ㄊㄜˇ」。

Part II 子音

單字練習（kh, ng, ngh, nh, th）

B02-14.MP3 　 N02-14.MP3

khỉ
猴子

khe suối
溪澗

ngon
好吃、美味

ngã
跌倒

nghệ
薑黃

nghe nói
聽說

nha y
牙醫

nhà ngói
紅磚屋

con thỏ
兔子

mùa thu
秋天

55

子音應用練習（ph~th）

一 聽力測驗（請試寫出你聽到的音）

1. _____ 2. _____ 3. _____ 4. _____ 5. _____

6. _____ 7. _____ 8. _____ 9. _____ 10. _____

二 聽力測驗（請選出你聽到的音）

1. nh / th   2. nh / ng   3. ch / tr   4. gi / kh   5. ng / nh

三 大小寫轉換

1. NG → _____   2. NGH → _____   3. ch → _____
4. tr → _____   5. GI → _____   6. kh → _____
7. NH → _____   8. th → _____

四 克漏字

1. ____ es uối   溪澗   2. ____ à ____ ói   紅磚屋
3. ____ ống đồng   銅鼓   4. ____ im ____ óc   鳥
5. ____ a y   牙醫   6. ____ iếng nước   水井
7. ____ e nói   聽說   8. 北 ____ a ____ è   泡茶
                                    南 ____ a ____ à

五 選擇練習

（　）1. 猴子   ❶ khỉ   ❷ thỉ
（　）2. 天   ❶ chời   ❷ trời
（　）3. 兔子   ❶ con tỏ   ❷ con thỏ
（　）4. 好吃、美味   ❶ nhon   ❷ ngon
（　）5. 秋天   ❶ mùa thu   ❷ mùa thư

Part II 子音

六 連連看

A　　　　　B　　　　　C　　　　　D

phòng bán vé　　quê hương　　giun　　cái chuông

💡 解答

一 1. ch　2. tr　3. ng (ngh)　4. th　5. nh　6. ph　7. gi　8. kh　9. ng (ngh)　10. qu

二 1. nh　2. nh　3. tr　4. kh　5. ng

三 1. NG → ng　2. NGH → ngh　3. ch → CH　4. tr → TR　5. Gl → gi　6. kh → KH
　　7. NH → nh　6. th → TH

四 1. khe suối　2. nhà ngói　3. trống đồng　4. chim chóc　5. nha y
　　6. giếng nước　7. nghe nói　8. 北 pha chè (南 pha trà)

五 1. ❶khỉ　2. ❷trời　3. ❷con thỏ　4. ❷ngon　5. ❶mùa thu

六 Ⓐ phòng bán vé　Ⓑ cái chuông　Ⓒ quê hương　Ⓓ giun

57

尾音練習（ac, ăc, âc, ec）

北音 B03-01.MP3　南音 N03-01.MP3

● 尾音 c 的特色是輕輕地發出「個」音收尾，只和銳聲、重聲結合。屬於短音。

AC ac

AC
ac

發音參考　發此音時，先發出 a 的音，然後結束時需停留在 c 的嘴型但 c 不發音。

ĂC ăc

ĂC
ăc

發音參考　發此音時，先發出 ă 的音，然後結束時需停留在 c 的嘴型但 c 不發音。

ÂC âc

ÂC
âc

發音參考　發此音時，先發出 â 的音，然後結束時需停留在 c 的嘴型但 c 不發音。

EC ec

EC
ec

發音參考　發此音時，先發出 e 的音，然後結束時需停留在 c 的嘴型但 c 不發音。

Part III 尾音

單字練習（ac, ăc, âc, ec）

北音 B03-02.MP3
南音 N03-02.MP3

thác nước
瀑布

bác sĩ
醫生

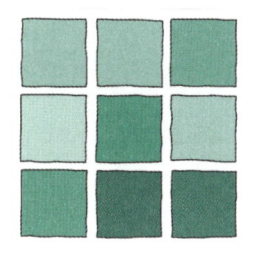

màu sắc
顏色

mặc áo
穿衣服

北越 **quả gấc**
南越 **trái gấc**
木鱉果

nhấc tạ
舉重

tấm séc
支票

béc phun
噴嘴

59

尾音練習（oc, ôc, uc, ưc）

● 尾音 c 的特色是輕輕地發出「個」音收尾，只和銳聲、重聲結合。屬於短音。

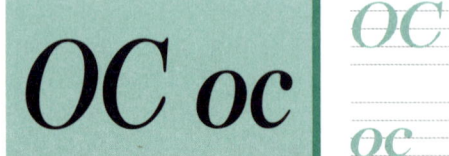

北音 B03-03.MP3
南音 N03-03.MP3

OC oc

oc
oc

發音參考 發此音時，先發出 o，然後結尾須鼓起臉頰的閉口音。

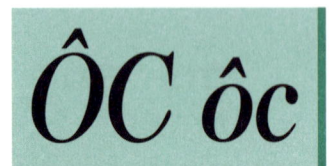

ÔC ôc

ôc
ôc

發音參考 發此音時，先發出 ô，然後結尾須鼓起臉頰的閉口音。

UC uc

uc
uc

發音參考 發此音時，先發出 u，然後結尾須鼓起臉頰的閉口音。

ƯC ưc

ưc
ưc

發音參考 發此音時，先發出 ư 的音，然後結束時需停留在 c 的嘴型但 c 不發音。

Part III 尾音

單字練習（oc, ôc, uc, ưc）

北音 B03-04.MP3　南音 N03-04.MP3

tóc
頭髮

con sóc
松鼠

con ốc
螺

bốc vác
搬運

北越 **hoa cúc**
南越 **bông cúc**
菊花

chúc Bách Niên Hảo Hợp.

chúc phúc
祝福
圖文：祝百年好合

bực tức
生氣

chức vụ
職務

61

尾音練習（iêc, oac, oăc, uôc, ươc）

● 尾音 c 的特色是輕輕地發出「個」音收尾，只和銳聲、重聲結合。屬於短音。

北音 B03-05.MP3　南音 N03-05.MP3

IÊC iêc

IÊC
iêc

發音參考 發此音時，先發出 i + ê 的音，然後結束時需停留在 c 的嘴型但 c 不發音。

OAC oac

OAC
oac

發音參考 發此音時，先發出 o + a 的音，然後結束時需停留在 c 的嘴型但 c 不發音。

OĂC oăc

OĂC
oăc

發音參考 發此音時，先發出 o + ă 的音，然後結束時需停留在 c 的嘴型但 c 不發音。

UÔC uôc

UÔC
uôc

發音參考 發此音時，先發出 u + ô 的音，然後結束時需停留在 c 的嘴型但 c 不發音。

ƯƠC ươc

ƯƠC
ươc

發音參考 發此音時，先發出 ư + ơ 的音，然後結束時需停留在 c 的嘴型但 c 不發音。

Part III 尾音

單字練習（iêc, oac, oăc, uôc, ươc）

xiếc
雜技、雜耍

làm việc
（動詞）工作

áo khoác
外套

xé toạc
扯裂、撕破

nhọn hoắc
尖頂部、尖（端）

ngoặc kép
引號

thuốc lá
香菸

ngọn đuốc
火炬

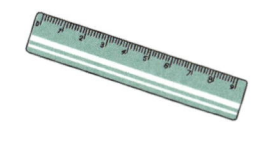

thước kẻ
尺

vết xước
刮痕

63

尾音應用練習（ac~ước）

北音 B03-07.MP3　南音 N03-07.MP3

一 聽力測驗（請試寫出你聽到的音）

1. _____　2. _____　3. _____　4. _____　5. _____

6. _____　7. _____　8. _____　9. _____　10. _____

北音 B03-08.MP3　南音 N03-08.MP3

二 聽力測驗（請選出你聽到的音）

1. ec / ăc　2. oc / uc　3. oac / oăc　4. ôc / uôc　5. âc / ưc

三 大小寫轉換

1. ĂC → _____　　2. UÔC → _____　　3. âc → _____
4. iêc → _____　　5. OC → _____　　6. ec → _____
7. OĂC → _____　　8. UC → _____　　9. OAC → _____

四 克漏字

1. ch____ ph____　　祝福　　2. b____ sĩ　　醫生
3. màu s____　　顏色　　4. b____ phun　　噴嘴
5. ngọn đ____　　火炬　　6. nhọn h____　　尖頂部、尖（端）
7. con ____　　螺　　8. ch____ vụ　　職務
9. th____ kẻ　　尺　　10. nh____ tạ　　舉重

五 選擇練習

（　）1. 瀑布　　❶thác nước　　❷thắc nước
（　）2. 香菸　　❶thoắc lá　　❷thuốc lá
（　）3. 引號　　❶ngoắc kép　　❷ngoặc kép
（　）4. 外套　　❶áo khác　　❷áo khoác
（　）5. 刮痕　　❶vết xước　　❷vết xứć

Part III 尾音

六 連連看

A B  C  D

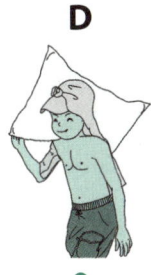

• • • •

• • • •

🔴 hoa cúc   con sóc   bốc vác   🔴 quả gấc
🔴 bông cúc   🔴 trái gấc

💡 解答

一 1. uc 2. uôc 3. oc 4. ôc 5. âc 6. ec 7. ăc 8. oăc 9. ưc 10. iêc
二 1. ăc 2. oc 3. oăc 4. uôc 5. ưc
三 1. ĂC → ăc 2. UÔC → uôc 3. âc → ÂC 4. iêc → IÊC 5. OC → oc 6. ec → EC
  7. OĂC → oăc 8. UC → uc 9. OAC → oac
四 1. chúc phúc 2. bác sĩ 3. màu sắc 4. béc phun 5. ngọn đuốc 6. nhọn hoắc
  7. con ốc 8. chức vụ 9. thước kẻ 10. nhấc tạ
五 1. ❶ thác nước 2. ❷ thuốc lá 3. ❷ ngoặc kép 4. ❷ áo khoác 5. ❶ vết xước
六 Ⓐ 北 quả gấc (南 trái gấc) Ⓑ 北 hoa cúc (南 bông cúc) Ⓒ con sóc Ⓓ bốc vác

65

尾音練習（am, ăm, âm, em, êm）

北音 B03-09.MP3　南音 N03-09.MP3

● 越南語的尾音 m 在唸完時，嘴巴必須緊閉。發音時發出類似「嗯」的音。

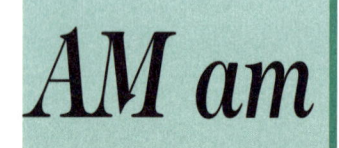

AM am

AM
am

發音參考 發此音時，發出越語 a + m 的音即可。

ĂM ăm

ĂM
ăm

發音參考 發此音時，發出越語 ă + m 的音即可。

ÂM âm

ÂM
âm

發音參考 發此音時，發出越語 â + m 的音即可。

EM em

EM
EM

發音參考 發此音時，發出越語 e + m 的音即可。

ÊM êm

ÊM
êm

發音參考 發此音時，發出越語 ê + m 的音即可。

Part III 尾音

單字練習（am, ăm, âm, em, êm）

B03-10.MP3　N03-10.MP3

màu xám
灰色

khám bệnh
看病

số năm
（數字）五

tắm
洗澡

thực phẩm
食品

cầm tay
牽手

con tem
郵票

trẻ em
孩童、小朋友

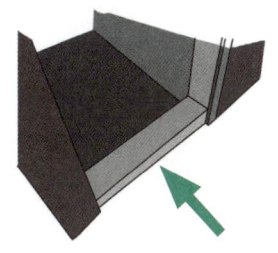

thềm cửa
門檻、階梯

đêm khuya
半夜、深夜

67

尾音練習（im, om, ôm, ơm, um）

● 越南語的尾音 m 在唸完時，嘴巴必須緊閉。發音時發出類似「嗯」的音。

北音 B03-11.MP3　南音 N03-11.MP3

IM im

IM
im

發音參考 發此音時，發出越語 i + m 的音即可。

OM om

OM
om

發音參考 發此音時，發出越語 o + m 的音即可。

ÔM ôm

ÔM
ôm

發音參考 發此音時，發出越語 ô + m 的音即可。

ƠM ơm

ƠM
ơm

發音參考 發此音時，發出越語 ơ + m 的音即可。

UM um

UM
um

發音參考 發此音時，發出越語 u + m 的音即可。

Part III 尾音

單字練習（im, om, ôm, ơm, um）

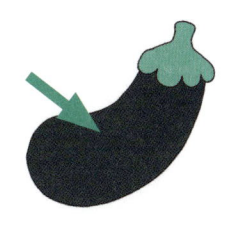

B03-12.MP3 北音
N03-12.MP3 南音

màu tím
紫色

bàn phím
鍵盤

đom đóm
螢火蟲

làng xóm
村落

con tôm
蝦子

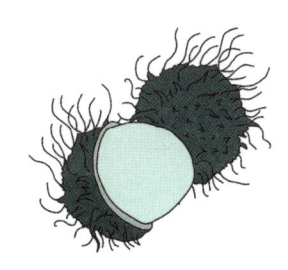

chôm chôm
紅毛丹

sáng sớm
早晨

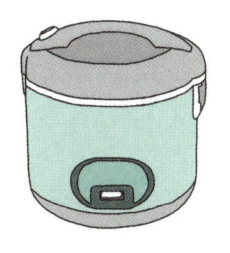

nồi cơm điện
電子鍋

chùm nho
一串葡萄

sum họp
團圓、團聚

69

尾音練習
（iêm, yêm, oam, oăm, uôm, ươm）

北音 B03-13.MP3　南音 N03-13.MP3

● 越南語的尾音 m 在唸完時，嘴巴必須緊閉。發音時發出類似「嗯」的音。

IÊM iêm

IÊM
iêm

發音參考 發此音時，將越語 i + ê + m 的音結合，然後快速地唸過即可。

YÊM yêm

YÊM
yêm

發音參考 發此音時，將越語 y + ê + m 的音結合，然後快速地唸過即可。

OAM oam

OAM
oam

發音參考 發此音時，將越語 o + a + m 的音結合，然後快速地唸過即可。

OĂM oăm

OĂM
oăm

發音參考 發此音時，將越語 o + ă + m 的音結合，然後快速地唸過即可。

UÔM uôm

UÔM
uôm

發音參考 發此音時，將越語 u + ô + m 的音結合，然後快速地唸過即可。

ƯƠM ươm

ƯƠM
ươm

發音參考 發此音時，將越語 ư + ơ + m 的音結合，然後快速地唸過即可。

Part III 尾音

單字練習
（iêm, yêm, oam, oăm, uôm, ươm）

北音 B03-14.MP3
南音 N03-14.MP3

tiêm
打針

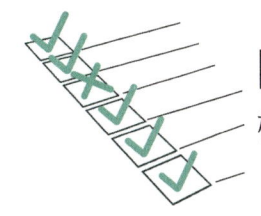

kiểm tra
檢查

yếm dãi
圍兜兜

北越 **yểm bùa**
南越 **yếm bùa**
下降頭

ngoạm xương
叼骨頭

ngổm ngoảm
食物塞滿嘴貌

oái oăm
怪癖

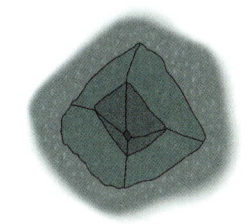

sâu hoắm
深深凹陷貌

nhuộm tóc
染髮

cánh buồm
船帆

bươm bướm
蝴蝶

lườm nguýt
瞪

71

尾音應用練習（am~yêm）

一 聽力測驗（請試寫出你聽到的音）

1. _____ 2. _____ 3. _____ 4. _____ 5. _____

6. _____ 7. _____ 8. _____ 9. _____ 10. _____

二 聽力測驗（請選出你聽到的音）

1. om / am 2. ăm / âm 3. em / êm 4. êm / iêm 5. am / ăm

三 大小寫轉換

1. ĂM → _____ 2. ÂM → _____ 3. iêm → _____
4. ươm → _____ 5. ơm → _____ 6. YÊM → _____

四 克漏字

1. nh ____ tóc   染髮   2. đ ____ đ ____   螢火蟲
3. t ____   打針   4. kh ____ bệnh   看病
5. ch ____ ch ____   紅毛丹   6. số n ____   五
7. làng x ____   村落   8. c ____ tay   牽手
9. l ____ nguýt   瞪   10. 北 ____ bùa   下降頭
                                    南 ____ bùa

五 選擇練習

( ) 1. 蝦子   ❶ con tôm   ❷ con tơm
( ) 2. 電子鍋   ❶ nồi cơm điện   ❷ nồi côm diện
( ) 3. 飯   ❶ com   ❷ cơm
( ) 4. 檢查   ❶ kiểm tra   ❷ kểm tra
( ) 5. 洗澡   ❶ tám   ❷ tắm

Part III 尾音

六 連連看

A **B**  **C**  **D**

• • • •

• • • •

yếm dãi   chùm nho   bàn phím   trẻ em

💡 解答

一 1. om 2. am 3. um 4. ơm 5. em 6. êm 7. ăm 8. im 9. iêm (yêm) 10. am

二 1. am 2. âm 3. êm 4. iêm 5. ăm

三 1. ĂM → ăm 2. ÂM → âm 3. iêm → IÊM 4. ươm → ƯƠM 5. ƠM → ơm
6. YÊM → yêm

四 1. nhuộm tóc 2. đom đóm 3. tiêm 4. khám bệnh 5. chôm chôm 6. số năm
7. làng xóm 8. cầm tay 9. lườm nguýt 10. 北 yếm bùa (南 yếm bùa)

五 1. ❶ con tôm 2. ❶ nồi cơm điện 3. ❷ cơm 4. ❶ kiểm tra 5. ❷ tắm

六 Ⓐ trẻ em Ⓑ bàn phím Ⓒ yếm dãi Ⓓ chùm nho

尾音練習（an, ăn, ân, en, ên）

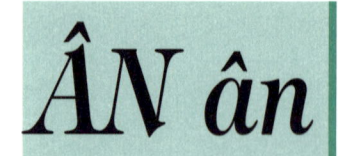

● 結尾 n 結合母音的發音最後以 n 的舌型結尾。尾音 n 的發音方法需將舌頭擺平，並將舌尖輕碰上排牙齒。

北音 B03-17.MP3
南音 N03-17.MP3

AN an

發音參考 發此音時，將越語 a + n 的音結合，發出類似「安」的音。

ĂN ăn

發音參考 發此音時，將越語 ă + n 的音結合，然後快速地唸過即可。ăn 為短音。

ÂN ân

發音參考 發此音時，發出類似中文「恩」的發音即可。

EN en

發音參考 發此音時，將越語 e + n 的音結合，然後快速地唸過即可。

ÊN ên

發音參考 發此音時，將越語 ê + n 的音結合，然後快速地唸過即可。

Part III 尾音

單字練習（an, ăn, ân, en, ên）

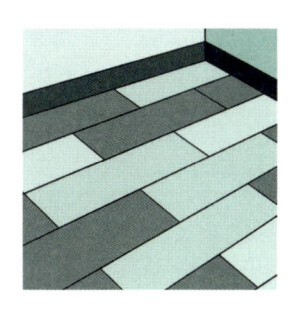

B03-18.MP3　北音
N03-18.MP3　南音

sàn nhà
地板

cái bàn
桌子

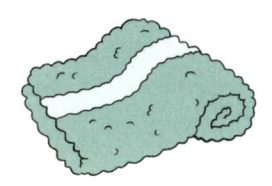

khăn tắm
浴巾

con rắn
蛇

múa lân
舞獅

cận thị
近視

北越 **hoa sen**
南越 **bông sen**
蓮花

đèn pin
手電筒

＊Pin為外來語。請聽 MP3練習發音。

ốc sên
蝸牛

con nhện
蜘蛛

75

尾音練習（in, on, ôn, ơn, un）

● 結尾 n 結合母音的發音最後以 n 的舌型結尾。尾音 n 的發音方法需將舌頭擺平，並將舌尖輕碰上排牙齒。

北音 B03-19.MP3　南音 N03-19.MP3

IN in

IN

in

發音參考　發此音時，將越語 i + n 的音結合，然後快速地唸過即可。

ON on

ON

on

發音參考　發此音時，將越語 o + n 的音結合，然後快速地唸過即可。

ÔN ôn

ÔN

ôn

發音參考　發此音時，將越語 ô + n 的音結合，然後快速地唸過即可。

ƠN ơn

ƠN

ơn

發音參考　發此音時，將越語 ơ + n 的音結合，然後快速地唸過即可。

UN un

UN

un

發音參考　發此音時，將越語 u + n 的音結合，然後快速地唸過即可。

Part III 尾音

單字練習（in, on, ôn, ơn, un）

B03-20.MP3　N03-20.MP3

Anh sai rồi, xin lỗi em!

xin lỗi
對不起
圖文：對不起，我錯了。

số chín
（數字）九

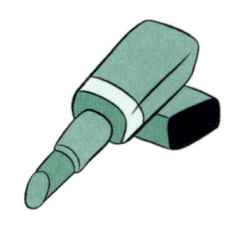

son môi
口紅

vòng tròn
圓圈

số bốn
（數字）四

nụ hôn
吻

cơn mưa
陣雨

trơn
滑的

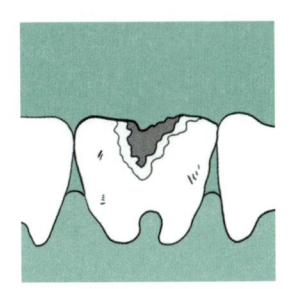

răng sún
齲齒

🔵北越 **bún chả**
🔵南越 **bún thịt nướng**
烤肉米線

77

尾音應用練習（an~un）

一 聽力測驗（請試寫出你聽到的音）

1. _____ 2. _____ 3. _____ 4. _____ 5. _____

6. _____ 7. _____ 8. _____ 9. _____ 10. _____

二 聽力測驗（請選出你聽到的音）

1. un / ưn　　2. an / ăn　　3. en / ên　　4. on / ôn　　5. ăn / ân

三 大小寫轉換

1. AN → _____　　2. EN → _____
3. in → _____　　4. ÂN → _____
5. ôn → _____

四 克漏字

1. x____ lỗi　　對不起　　2. c____ mưa　　陣雨
3. s____ nhà　　地板　　4. kh____ tắm　　浴巾
5. số ch____　　九　　6. c____ thị　　近視
7. s____ môi　　口紅　　8. nụ h____　　吻

五 選擇練習

(　) 1. 滑的　　❶ trơn　　❷ trôn
(　) 2. 四　　❶ số bón　　❷ số bốn
(　) 3. 圓圈　　❶ vòng trờn　　❷ vòng tròn
(　) 4. 蛇　　❶ con rắn　　❷ con rấn
(　) 5. 舞獅　　❶ múa lên　　❷ múa lân

Part III 尾音

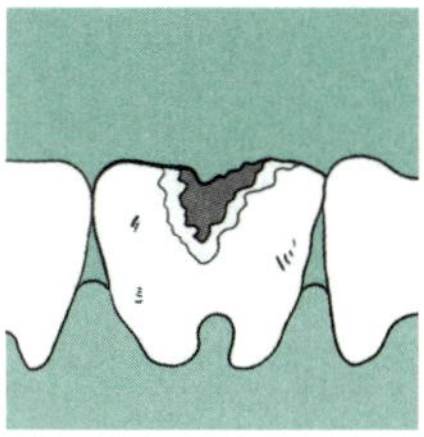

六 連連看

A　　　　B 　　　　C 　　　　D

con nhện　　🇻🇳北越 bún chả　　răng sún　　đèn pin
　　　　　　🇻🇳南越 bún thịt nướng

💡 解答

一 1. ưn 2. in 3. on 4. ơn 5. an 6. ăn 7. ân 8. en 9. ên 10. ôn
二 1. ưn 2. ăn 3. en 4. ôn 5. ân
三 1. AN → an 2. EN → en 3. in → IN 4. ÂN → ân 5. ÔN → ôn
四 1. xin lỗi 2. cơn mưa 3. sàn nhà 4. khăn tắm 5. số chín 6. cận thị
   7. son môi 8. nụ hôn
五 1. ❶ trơn 2. ❷ số bốn 3. ❷ vòng tròn 4. ❶ con rắn 5. ❷ múa lân
六 Ⓐ răng sún Ⓑ 北 bún chả (南 bún thịt nướng) Ⓒ con nhện Ⓓ đèn pin

79

尾音練習（iên, yên, oan, oăn）

● 結尾 n 結合母音的發音最後以 n 的舌型結尾。尾音 n 的發音方法需將舌頭擺平，並將舌尖輕碰上面牙齒。

北音 B03-23.MP3
南音 N03-23.MP3

IÊN iên

IÊN
iên

發音參考 發此音時，將越語 iê + n 的音結合，然後快速地唸過即可。

YÊN yên

YÊN
yên

發音參考 發此音時，將越語 yê + n 的音結合，然後快速地唸過即可。

OAN oan

OAN
oan

發音參考 發此音時，將越語 oa + n 的音結合，然後快速地唸過即可。

OĂN oăn

OĂN
oăn

發音參考 發此音時，將越語 oă + n 的音結合，然後快速地唸過即可。

Part III 尾音

單字練習（iên, yên, oan, oăn）

B03-24.MP3 北音
N03-24.MP3 南音

tiền xu
銅板、硬幣

điện thoại
電話

chim yến
燕子

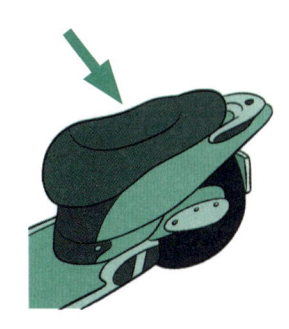

yên xe
座墊

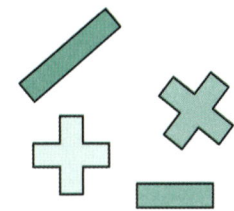

toán học
數學

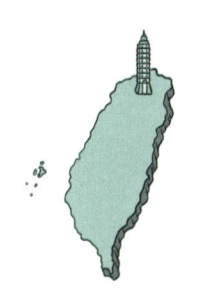

Đài Loan
台灣

tóc xoăn
捲髮

băn khoăn
顧慮

Tiền vốn không đủ, làm gì mà mở tiệm được?

圖文：資金不足，要怎麼開店呢？

81

尾音練習
（oen, uân, uôn, ươn, uyên）

● 結尾 n 結合母音的發音最後以 n 的舌型結尾。尾音 n 的發音方法需將舌頭擺平，並將舌尖輕碰上面牙齒。

北音 B03-25.MP3
南音 N03-25.MP3

OEN oen

OEN

oen

發音參考 發此音時，將越語 oe + n 的音結合，然後快速地唸過即可。

UÂN uân

UÂN

uân

發音參考 發此音時，將越語 uâ + n 的音結合，然後快速地唸過即可。

UÔN uôn

UÔN

uôn

發音參考 發此音時，將越語 uô + n 的音結合，然後快速地唸過即可。

ƯƠN ươn

ƯƠN

ươn

發音參考 發此音時，將越語 ươ + n 的音結合，然後快速地唸過即可。

UYÊN uyên

UYÊN

uyên

發音參考 發此音時，將越語 u + y + ê + n 的音結合，然後快速地唸過即可。

Part III 尾音

單字練習
（oen, uân, uôn, ươn, uyên）

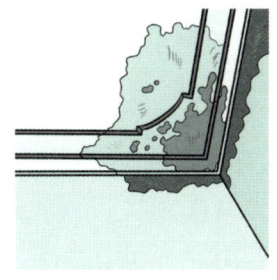

B03-26.MP3 北音
N03-26.MP3 南音

vết hoen ố
汙漬

nhoẻn cười
莞爾

mùa xuân
春天

hiếu thuận
孝順

chuồn chuồn
蜻蜓

buồn bã
難過

vườn rau
菜園

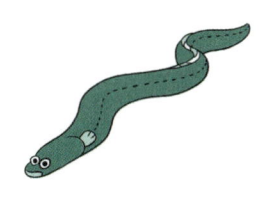

con lươn
黃鱔

Không được làm như vậy!

tuyên truyền
宣傳
圖文：不可以這麼做！

bóng chuyền
排球

83

尾音應用練習（iên~uyên）

一 聽力測驗（請試寫出你聽到的音）

1. _____ 2. _____ 3. _____ 4. _____ 5. _____

6. _____ 7. _____ 8. _____ 9. _____ 10. _____

二 聽力測驗（請選出你聽到的音）

1. ơn / ươn   2. uân / uôn   3. yên / uyên   4. oan / oăn
5. uân / uôn

三 大小寫轉換

1. OĂN → _____   2. UÂN → _____   3. iên → _____
4. ươn → _____   5. UYÊN → _____

四 克漏字

1. t____ tr____   宣傳   2. t____ xu   銅板、硬幣
3. t____ học   數學   4. đ____ thoại   電話
5. mùa x____   春天   6. con l____   黃鱔
7. chim ____   燕子   8. b____ bã   難過

五 選擇練習

（　）1. 菜園   ❶vườn rau   ❷vuồn rau
（　）2. 排球   ❶bóng chền   ❷bóng chuyền
（　）3. 蜻蜓   ❶chuồn chuồn   ❷chồn chồn
（　）4. 汗漬   ❶vết hoan ố   ❷vết hoen ố
（　）5. 顧慮   ❶băn khoăn   ❷băn khăn

Part III 尾音

六 連連看

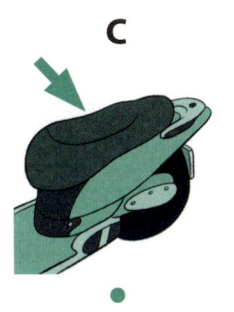

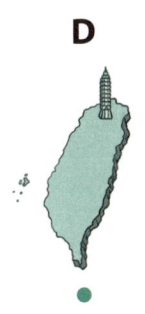

A　　　　　　　B　　　　　　　C　　　　　　　D

Đài Loan　　　tóc xoăn　　　yên xe　　　nhoẻn cười

💡 解答

一　1. yên (iên)　2. ươn　3. yên (iên)　4. oăn　5. oan　6. uyên　7. uôn　8. oen　9. oăn
　　10. ươn

二　1. ươn　2. uôn　3. uyên　4. oan　5. uân

三　1. OĂN → oăn　2. UÂN → uân　3. iên → IÊN　4. ươn → ƯƠN　5. UYÊN → uyên

四　1. tuyên truyền　2. tiền xu　3. toán học　4. điện thoại　5. mùa xuân　6. con lươn
　　7. chim yến　8. buồn bã

五　1. ❶ vườn rau　2. ❷ bóng chuyền　3. ❶ chuồn chuồn　4. ❷ vết hoen ố
　　5. ❶ băn khoăn

六　Ⓐ tóc xoăn　Ⓑ nhoẻn cười　Ⓒ yên xe　Ⓓ Đài Loan

85

尾音練習（at, ăt, ât, et, êt）

● 母音結尾 t 的發音最後以 t 的舌型結尾。尾音 t 的發音方法需將舌尖頂到上排牙齒、舌頭與上顎呈平行狀。

北音 B03-29.MP3
南音 N03-29.MP3

AT at

AT
at

發音參考 發此音時，將越語 a + t 的音結合，然後快速地唸過即可。

ĂT ăt

ĂT
ăt

發音參考 發此音時，將越語 ă + t 的音結合，然後快速地唸過即可。

ÂT ât

ÂT
ât

發音參考 發此音時，將越語 â + t 的音結合，然後快速地唸過即可。

ET et

ET
et

發音參考 發此音時，將越語 e + t 的音結合，然後快速地唸過即可。

ÊT êt

ÊT
êt

發音參考 發此音時，將越語 ê + t 的音結合，然後快速地唸過即可。

Part III 尾音

單字練習（at, ăt, ât, et, êt）

B03-30.MP3　北音
N03-30.MP3　南音

phát tài
發財

bãi cát
沙灘

rửa mặt
洗臉

cắt tóc
剪頭髮

đấu vật
角力

đất đai
土地

đất sét
陶土

mùi khét
燒焦味

dệt vải
紡織

Mệt quá!

mệt mỏi
疲累
圖文：累死了！

87

尾音練習（it, ot, ôt, ơt, ut）

● 母音結尾 t 的發音最後以 t 的舌型結尾。尾音 t 的發音方法需將舌尖頂到上排牙齒、舌頭與上顎呈平行狀。

北音 B03-31.MP3
南音 N03-31.MP3

IT it

IT
it

發音參考 發此音時，將越語 i + t 的音結合，然後快速地唸過即可。

OT ot

OT
ot

發音參考 發此音時，將越語 o + t 的音結合，然後快速地唸過即可。

ÔT ôt

ÔT
ôt

發音參考 發此音時，將越語 ô + t 的音結合，然後快速地唸過即可。

ƠT ơt

ƠT
ơt

發音參考 發此音時，將越語 ơ + t 的音結合，然後快速地唸過即可。

UT ut

UT
ut

發音參考 發此音時，將越語 u + t 的音結合，然後快速地唸過即可。

Part III 尾音

🔗 單字練習（it, ot, ôt, ơt, ut）

B03-32.MP3　N03-32.MP3

hít thở
呼吸

北越 quả mít
南越 trái mít
波羅蜜

bánh ngọt
糕點

rau ngót
守宮木

bột mì
麵粉

cơn sốt
發燒

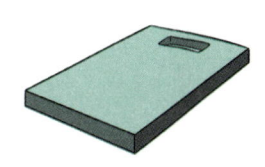

北越 quả ớt
南越 trái ớt
辣椒

cái thớt
砧板

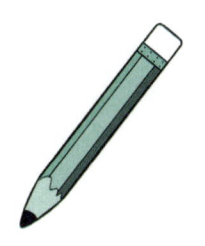

bút chì
鉛筆

kẹo mút
棒棒糖

89

尾音應用練習（at~ut）

一 聽力測驗（請試寫出你聽到的音）

1. _____ 2. _____ 3. _____ 4. _____ 5. _____

6. _____ 7. _____ 8. _____ 9. _____ 10. _____

二 聽力測驗（請選出你聽到的音）

1. ăt / ât   2. et / êt   3. ot / ôt   4. ut / ưt   5. ăt / at

三 大小寫轉換

1. ĂT → _____   2. ÂT → _____
3. ư → _____   4. êt → _____
5. IT → _____

四 克漏字

1. rửa m _____   洗臉   2. m _____ mỏi   疲累
3. bãi c _____   沙灘   4. đấu v _____   角力
5. đ _____ đai   土地   6. h _____ thở   呼吸
7. b _____ chì   鉛筆   8. kẹo m _____   棒棒糖

五 選擇練習

( ) 1. 發財   ❶ phắt tài   ❷ phát tài
( ) 2. 陶土   ❶ đất sét   ❷ đắt sết
( ) 3. 燒焦味   ❶ mùi khét   ❷ mùi khết
( ) 4. 守宮木   ❶ rau ngót   ❷ rau ngót
( ) 5. 紡織   ❶ dệt vải   ❷ dẹt vải

Part III 尾音

六 連連看

A 　　　　　B 　　　　　C 　　　　　D

　　●　　　　　●　　　　　●　　　　　●

　●　　　　　●　　　　　●　　　　　●

北越 quả mít　　北越 quả ớt　　　cắt tóc　　　bánh ngọt
南越 trái mít　　南越 quả ớt

💡 解答

一 1. ăt　2. ât　3. ot　4. ôt　5. ut　6. ơt　7. it　8. et　9. êt　10. ut
二 1. ât　2. êt　3. ôt　4. ut　5. ăt
三 1. ĂT → ăt　2. ÂT → ât　3. ưt → ƯT　4. êt → ÊT　5. IT → it
四 1. rửa mặt　2. mệt mỏi　3. bãi cát　4. đấu vật　5. đất đai　6. hít thở　7. bút chì
　8. kẹo mút
五 1. ❷ phát tài　2. ❶ đất sét　3. ❶ mùi khét　4. ❷ rau ngót　5. ❶ dệt vải
六 A 北 quả ớt (南 trái ớt)　B bánh ngọt　C 北 quả mít (南 trái mít)　D cắt tóc

尾音練習（ưt, iêt, oat, oet）

● 母音結尾 t 的發音最後以 t 的舌型結尾。尾音 t 的發音方法需將舌尖頂到上排牙齒、舌頭與上顎呈平行狀。

北音 B03-35.MP3
南音 N03-35.MP3

ƯT ưt

ƯT
ưt

發音參考 發此音時，將越語 ư + t 的音結合，然後快速地唸過即可。

IÊT iêt

IÊT
iêt

發音參考 發此音時，將越語 iê + t 的音結合，然後快速地唸過即可。

OAT oat

OAT
oat

發音參考 發此音時，將越語 oa + t 的音結合，然後快速地唸過即可。

OET oet

OET
oet

發音參考 發此音時，將越語 oe + t 的音結合，然後快速地唸過即可。

Part III 尾音

單字練習（ưt, iêt, oat, oet）

北音 B03-36.MP3　南音 N03-36.MP3

sứt mẻ
殘缺

vứt rác
丟垃圾

viết chữ
寫字

Tạm biệt em. Tạm biệt anh.

tạm biệt
再見

圖文：（左）妹妹再見。
　　　（右）哥哥再見。

lối thoát hiểm
安全門

北越 **phim hoạt hình**
南越 **phim hoạt họa**
動畫片

cười toe toét
笑得燦爛

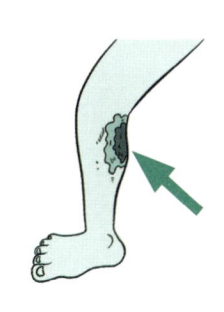

lở loét
潰爛

93

尾音練習（uât, uôt, ươt, uyêt, uyt）

● 母音結尾 t 的發音最後以 t 的舌型結尾。尾音 t 的發音方法需將舌尖頂到上排牙齒、舌頭與上顎呈平行狀。

北音 B03-37.MP3　南音 N03-37.MP3

UÂT uât

UÂT

uât

發音參考 發此音時，將越語 uâ + t 的音結合，然後快速地唸過即可。

UÔT uôt

UÔT

uôt

發音參考 發此音時，將越語 uô + t 的音結合，然後快速地唸過即可。此發音須拉得比 uât 更長。

ƯƠT ươt

ƯƠT

ươt

發音參考 發此音時，將越語 ươ + t 的音結合，然後快速地唸過即可。

UYÊT uyêt

UYÊT

uyêt

發音參考 發此音時，將越語 uy + ê + t 的音結合，然後快速地唸過即可。

UYT uyt

UYT

uyt

發音參考 發此音時，將越語 uy + t 的音結合，然後快速地唸過即可。

Part III 尾音

單字練習（uât, uôt, ươt, uyêt, uyt）

luật pháp
法律

xuất khẩu
出口

con chuột
老鼠

ruột thừa
盲腸炎

北越 **trượt ngã**
南越 **trượt té**
滑倒

lướt ván
衝浪

băng tuyết
冰雪

duyệt binh
閱兵

北越 **quả quýt**
南越 **trái quýt**
橘子

huýt sáo
吹口哨

尾音應用練習（ưt~uyt）

一 聽力測驗（請試寫出你聽到的音）

1. _____ 2. _____ 3. _____ 4. _____ 5. _____

6. _____ 7. _____ 8. _____ 9. _____ 10. _____

二 聽力測驗（請選出你聽到的音）

1. uât / uôt   2. uyêt / uyt   3. ươt / uôt   4. ươt / ơt
5. et / oet

三 大小寫轉換

1. UÂT → _____   2. ƯƠT → _____
3. iêt → _____   4. ƯT → _____
5. UYÊT → _____

四 克漏字

1. tạm b_____ 再見   2. s_____ mẻ 殘缺
3. con ch_____ 老鼠   4. v_____ rác 丟垃圾
5. d_____ binh 閱兵   6. r_____ thừa 盲腸炎
7. băng t_____ 冰雪   8. l_____ pháp 法律

五 選擇練習

( ) 1. 潰爛   ❶ lở loét   ❷ lở lét
( ) 2. 寫字   ❶ viét chữ   ❷ viết chữ
( ) 3. 吹口哨 ❶ hýt sáo   ❷ huýt sáo
( ) 4. 安全門 ❶ lối thoát hiểm ❷ lối thoét hiểm
( ) 5. 出口   ❶ xuất khẩu   ❷ xất khẩu

96

Part III 尾音

六 連連看

A B  C  D

•   •   •   •

• • • •

lướt ván   🔘trượt ngã   🔘phim hoạt hình   🔘quả quýt
           🔘trượt té   🔘phim hoạt họa   🔘trái quýt

💡 解答

一 1. oet 2. uôt 3. uât 4. uyêt 5. uyt 6. oet 7. iêt 8. oat 9. ưt 10. ươt
二 1. uât 2. uyt 3. uôt 4. ươt 5. oet
三 1. UÂT → uât 2. ƯƠT → ươt 3. iêt → IÊT 4. ƯT → ưt 5. UYÊT → uyêt
四 1. tạm biệt 2. sứt mẻ 3. con chuột 4. vứt rác 5. duyệt binh 6. ruột thừa
   7. băng tuyết 8. luật pháp
五 1. ❶lở loét 2. ❷viết chữ 3. ❷huýt sáo 4. ❶lối thoát hiểm 5. ❶xuất khẩu
六 Ⓐ 北 trượt ngã (南 trượt té) Ⓑ 北 phim hoạt hình (南 phim hoạt họa) Ⓒ lướt ván
   Ⓓ 北 quả quýt (南 trái quýt)

尾音練習（ ap, ăp, âp, ep, êp, ip ）

● 母音結合 p 的發音最後必須緊閉嘴唇。
尾音 p 的發音方法需發出類似「ㄆ」的氣音。

北音 B03-41.MP3
南音 N03-41.MP3

AP ap

AP

ap

發音參考 發此音時，將越語 a + p 的音結合，然後快速地唸過即可。

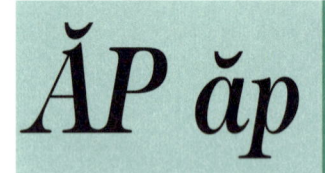

ĂP ăp

ĂP

ăp

發音參考 發此音時，將越語 ă + p 的音結合，然後快速地唸過即可。

ÂP âp

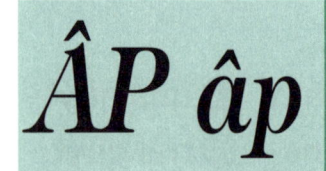

ÂP

âp

發音參考 發此音時，將越語 â + p 的音結合，然後快速地唸過即可。

EP ep

EP

ep

發音參考 發此音時，將越語 e + p 的音結合，然後快速地唸過即可。

ÊP êp

ÊP

êp

發音參考 發此音時，將越語 ê + p 的音結合，然後快速地唸過即可。

IP ip

IP

ip

發音參考 發此音時，將越語 i + p 的音結合，然後快速地唸過即可。

Part III 尾音

單字練習（ap, ăp, âp, ep, êp, ip）

xe đạp
腳踏車

tạp dề
圍裙

bắp cải
高麗菜

kẻ cắp
小偷

học tập
學習

nằm sấp
趴著

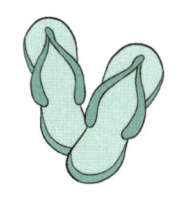

dép lê
拖鞋

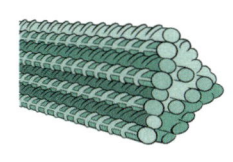

sắt thép
鋼鐵

xếp hàng
排隊

nhà bếp
廚房

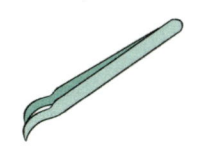

cái nhíp
鑷子

cái líp
齒盤

尾音練習（op, ôp, ợp, up, iêp, ươp）

● *母音結合 p 的發音最後必須緊閉嘴唇。*
尾音 p 的發音方法需發出類似「ㄆ」的氣音。

北音 B03-43.MP3　南音 N03-43.MP3

OP op

OP

op

發音參考 發此音時，將越語 o + p 的音結合，然後快速地唸過即可。

ÔP ôp

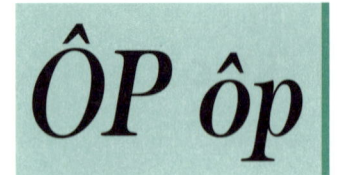

ÔP

ôp

發音參考 發此音時，將越語 ô + p 的音結合，然後快速地唸過即可。

ỢP ợp

ỢP

ợp

發音參考 發此音時，將越語 ơ + p 的音結合，然後快速地唸過即可。

UP up

UP

up

發音參考 發此音時，將越語 u + p 的音結合，然後快速地唸過即可。

IÊP iêp

IÊP

iêp

發音參考 發此音時，將越語 i + ê + p 的音結合，然後快速地唸過即可。

ƯỢP ươp

ƯỢP

ươp

發音參考 發此音時，將越語 ư + ơ + p 的音結合，然後快速地唸過即可。

單字練習（op, ôp, ơp, up, iêp, ươp）

phòng họp
會議室

quay cóp
作弊

lốp xe
輪胎

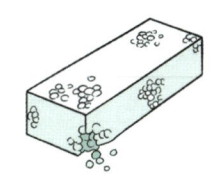

xốp
保麗龍

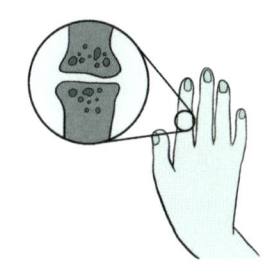

khớp xương
骨關節

hợp tác
合作

🔵北越 **chụp ảnh**
🔵南越 **chụp hình**
拍照

búp bê
洋娃娃

thiệp cưới
喜帖

Tiệp Khắc
捷克斯洛伐克

🔵北越 **quả mướp**
🔵南越 **trái mướp**
絲瓜

kẻ cướp
強盜

尾音應用練習（ap~ươp）

一 聽力測驗（請試寫出你聽到的音）

1. _____ 2. _____ 3. _____ 4. _____ 5. _____

6. _____ 7. _____ 8. _____ 9. _____ 10. _____

二 聽力測驗（請選出你聽到的音）

1. iêp / êp   2. ôp / up   3. op / ơp   4. ip / iêp   5. ơp / ươp

三 大小寫轉換

1. AP → _____   2. ƠP → _____
3. iêp → _____   4. op → _____
5. ƯƠP → _____

四 克漏字

1. học t_____ 學習   2. quay c_____ 作弊
3. th_____ cưới 喜帖   4. nhà b_____ 廚房
5. x_____ hàng 排隊   6. kẻ c_____ 小偷
7. d_____ lê 拖鞋   8. b_____ bê 洋娃娃

五 選擇練習

( ) 1. 輪胎　❶lốp xe　❷lớp xe
( ) 2. 強盜　❶kẻ cớp　❷kẻ cướp
( ) 3. 保麗龍　❶xốp　❷xóp
( ) 4. 合作　❶hộp tác　❷hợp tác
( ) 5. 圍裙　❶tập dề　❷tạp dề

Part III 尾音

六 連連看

A　　　　　　B 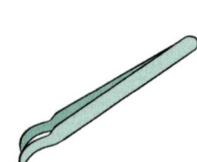　　　　　　C 　　　　　　D

●　　　　　●　　　　　●　　　　　●

●　　　　　●　　　　　●　　　　　●

xe đạp　　cái níp　　北越 chụp ảnh　　bắp cải
　　　　　　　　　　南越 chụp hình

💡 解答

一 1. up 2. ôp 3. iêp 4. ươp 5. ap 6. ip 7. op 8. ăp 9. ep 10. ơp

二 1. iêp 2. up 3. ơp 4. ip 5. ươp

三 1. AP → ap 2. ƠP → ơp 3. iêp → IÊP 4. op → OP 5. ƯƠP → ươp

四 1. học tập 2. quay cóp 3. thiệp cưới 4. nhà bếp 5. xếp hàng 6. kẻ cắp
　 7. dép lê 8. búp bê

五 1. ❶ lốp xe 2. ❷ kẻ cướp 3. ❶ xốp 4. ❷ hợp tác 5. ❷ tạp dề

六 A 北 chụp ảnh (南 chụp hình)　B cái níp　C bắp cải　D xe đạp

尾音練習（ach, êch, ich, uêch）

● *母音結合 ch 的發音最後必須使上、下排牙齒輕輕地碰觸，而 ch 不會發出聲音。*

ACH ach

ACH

ach

發音參考 發此音時，將越語 a + ch 的音結合，然後快速地唸過即可。

ÊCH êch

ÊCH

êch

發音參考 發此音時，將越語 ê + ch 的音結合，然後快速地唸過即可。

ICH ich

ICH

ich

發音參考 發此音時，將越語 i + ch 的音結合，然後快速地唸過即可。

UÊCH uêch

UÊCH

uêch

發音參考 發此音時，將越語 u + ê + ch 的音結合，然後快速地唸過即可。

Part III 尾音

單字練習（ach, êch, ich, uêch）

viên gạch
磚塊

sạch sẽ
乾淨

con ếch
青蛙

trắng bệch
蒼白

du lịch
旅遊

dây xích
鎖鏈

rỗng tuếch
（內容物）空空的
（腦袋）空洞

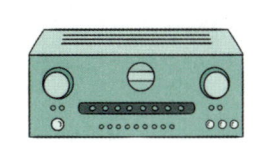

máy khuếch đại
擴大機

105

尾音練習
（**anh, ênh, inh, oanh, uynh**）

北音 B03-49.MP3　　南音 N03-49.MP3

● 母音結合 nh 的發音到最後必須鼓動出一點鼻音。

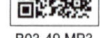

ANH anh

ANH
anh

發音參考 發此音時，依序將越語 a + nh 的音結合，然後快速地唸過即可。

ÊNH ênh

ÊNH
ênh

發音參考 發此音時，依序將越語 ê + nh 的音結合，然後快速地唸過即可。

INH inh

INH
inh

發音參考 發此音時，依序將越語 i + nh 的音結合，然後快速地唸過即可。

OANH oanh

OANH
oanh

發音參考 發此音時，依序將越語 o + a + nh 的音結合，然後快速地唸過即可。

UYNH uynh

UYNH
uynh

發音參考 發此音時，依序將越語 u + y + nh 的音結合，然後快速地唸過即可。

Part III 尾音

單字練習
（ anh, ênh, inh, oanh, uynh ）

B03-50.MP3 北音
N03-50.MP3 南音

北越 **qu**ả **ch**anh
南越 **trái ch**anh
檸檬

tiếng Anh
英文

bệnh viện
醫院

kênh truyền hình
電視頻道

máy vi tính
電腦

北越 **kính râm**
南越 **kính mát**
墨鏡

kinh doanh
經營

圖文：這是我的服飾店。
Đây là shop quần áo của tôi.

hoành tráng
巨大、盛大

北越 **hoa quỳnh**
南越 **bông quỳnh**
曇花

phụ huynh
家長

107

尾音應用練習（ach~uynh）

北音 B03-51.MP3　南音 N03-51.MP3

一 聽力測驗（請試寫出你聽到的音）

1. _____　2. _____　3. _____　4. _____　5. _____

6. _____　7. _____　8. _____　9. _____　10. _____

北音 B03-52.MP3　南音 N03-52.MP3

二 聽力測驗（請選出你聽到的音）

1. inh / uynh　2. ich / inh　3. uêch / êch　4. ach / anh
5. êch / ênh

三 大小寫轉換

1. UÊCH → _____　2. ICH → _____　3. êch → _____
4. ach → _____　5. ÊNH → _____

四 克漏字

1. k____ râm　　　墨鏡　　2. viên g____　　　磚塊
3. kh____ d____　經營　　4. trắng b____　　蒼白
5. con ____　　　青蛙　　6. b____ viện　　　醫院
7. du l____　　　旅遊　　8. 北 quả ch____　　檸檬
　　　　　　　　　　　　　　南 trái ch____

五 選擇練習

(　) 1. 擴大機　　❶ máy khuếch đại　　❷ máy khếch đại
(　) 2. 乾淨　　　❶ sạch sẽ　　　　　　❷ sạch sẽ
(　) 3. 電視頻道　❶ kênh truyền hình　❷ kinh truyền hình
(　) 4. 家長　　　❶ phụ hoanh　　　　❷ phụ huynh
(　) 5. 巨大、盛大　❶ hanh tráng　　　　❷ hoành tráng

Part III 尾音

六 連連看

A　　　　　　　B 　　　　　　　C 　　　　　　　D

dây xích　　　北越 hoa quỳnh　　　máy vi tính　　　tiếng Anh
　　　　　　南越 bông quỳnh

解答

一 1. ich　2. uynh　3. oanh　4. ach　5. êch　6. uêch　7. ênh　8. ach　9. anh
　10. inh
二 1. uynh　2. ich　3. uêch　4. anh　5. êch
三 1. UÊCH → uêch　2. ICH → ich　3. êch → ÊCH　4. ach → ACH　5. ÊNH → ênh
四 1. kính râm　2. viên gạch　3. kinh doanh　4. trắng bệch　5. con ếch　6. bệnh viện
　7. du lịch　8. 北 quả chanh (南 trái chanh)
五 1. ❶ máy khuếch đại　2. ❷ sạch sẽ　3. ❶ kênh truyền hình　4. ❷ phụ huynh
　5. ❷ hoành tráng
六 Ⓐ 北 hoa quỳnh (南 bông quỳnh)　Ⓑ máy vi tính　Ⓒ tiếng Anh　Ⓓ dây xích

109

尾音練習
（ang, ăng, âng, ong, ông, ung）

北音 B03-53.MP3　南音 N03-53.MP3

● 母音結合 ng 的發音需合口，發音時臉頰兩邊要鼓起來。

ANG ang

ANG
ang

發音參考　發此音時，依序將越語 a + ng 的音結合，然後快速地唸過即可。類似中文的「骯」。

ĂNG ăng

ĂNG
ăng

發音參考　發此音時，將越語 ă + ng 的音結合，然後快速地唸過即可。

ÂNG âng

ÂNG
âng

發音參考　發此音時，將越語 â + ng 的音結合，然後快速地唸過即可。

ONG ong

ONG
ong

發音參考　發此音時，將越語 o + ng 的音結合，然後快速地唸過即可。結束時必須合口並鼓口。

ÔNG ông

ÔNG
ông

發音參考　發此音時，將越語 ô + ng 的音結合，然後快速地唸過即可。結束時必須合口並鼓口。

UNG ung

UNG
ung

發音參考　發此音時，將越語 u + ng 的音結合，然後快速地唸過即可。結束時必須合口並鼓口。

Part III 尾音

🔗 單字練習
（ang, ăng, âng, ong, ông, ung）

北音 B03-54.MP3　南音 N03-54.MP3

nhà hàng
餐廳

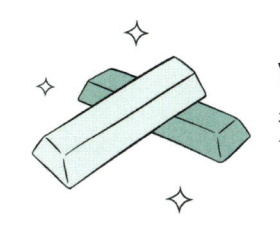

vàng
黃金

màu trắng
白色

răng
牙齒

tầng lầu
樓層

vầng trăng
月亮

bóng bay
氣球

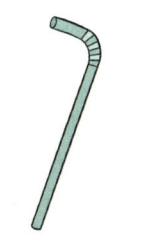

bóng đá
足球

ống hút
吸管

北越 **hoa hồng**
南越 **bông hồng**
玫瑰花

súng
槍

thung lũng
山谷

111

尾音練習

（ ưng, iêng, oang, oăng, uông, ương ）

● 母音結合 ng 的發音需合口，發音時臉頰兩邊要鼓起來。

ƯNG ưng

ƯNG
ưng

發音參考 發此音時，將越語 ư + ng 的音結合，然後快速地唸過即可。嘴型呈扁平狀。

IÊNG iêng

IÊNG
iêng

發音參考 發此音時，將越語 i + ê + ng 的音結合，然後快速地唸過即可。嘴型呈扁平狀。

OANG oang

OANG
oang

發音參考 發此音時，將越語 o + a + ng 這兩個音結合，然後快速地唸過即可。

OĂNG oăng

OĂNG
oăng

發音參考 發此音時，將越語 o + ă + ng 的音結合，然後快速地唸過即可。

UÔNG uông

UÔNG
uông

發音參考 發此音時，將越語 u + ô + ng 的音結合，然後快速地唸過即可。

ƯƠNG ương

ƯƠNG
ương

發音參考 發此音時，將越語 ư + ơ + ng 的音結合，然後快速地唸過即可。

Part III 尾音

單字練習
（ ưng, iêng, oang, oăng, uông, ương ）

bánh chưng
越南粽子

rừng
森林

khiêng vác
扛

củ riềng
南薑

vỡ toang
破裂

bệnh xoang
鼻竇炎

con hoẵng
山羌

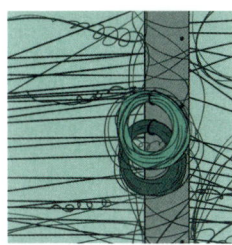

loằng ngoằng
（物體）糾、盤根錯節

rau muống
空心菜

uống rượu
喝酒

trường học
學校

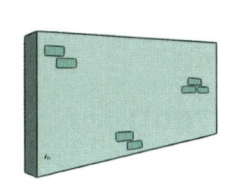

bức tường
牆壁

113

尾音應用練習（ang~ương）

一 聽力測驗（請試寫出你聽到的音）

1. _____ 2. _____ 3. _____ 4. _____ 5. _____

6. _____ 7. _____ 8. _____ 9. _____ 10. _____

二 聽力測驗（請選出你聽到的音）

1. uông / ương　　2. ang / ăng　　3. ung / ưng　　4. ang / oang
5. ông / ong

三 大小寫轉換

1. OANH → _____　　2. ĂNG → _____　　3. âng → _____
4. IÊNG → _____　　5. ưng → _____

四 克漏字

1. b____ đá　　足球　　2. bệnh x____　　鼻竇炎
3. ____ rượu　　喝酒　　4. v____ trăng　　月亮
5. màu tr____　　白色　　6. bức t____　　牆壁
7. vỡ t____　　破裂　　8. r____　　森林

五 選擇練習

( ) 1. 餐廳　　❶nhà hoàng　　❷nhà hàng
( ) 2. 吸管　　❶ống hút　　❷óng hút
( ) 3. 槍　　❶súng　　❷sống
( ) 4. 南薑　　❶củ rềng　　❷củ riềng
( ) 5. 學校　　❶chường học　　❷trường học

Part III 尾音

六 連連看

A　　　　　　　B 　　　　　　　C 　　　　　　　D

bánh chưng　　　北越 hoa hồng　　　rừng　　　　　bóng bay
　　　　　　　　南越 bông hồng

💡 解答

一　1. oăng　2. uông　3. ăng　4. âng　5. ông　6. ưng　7. iêng　8. oang　9. ung
　　10. uông

二　1. ương　2. ăng　3. ung　4. oang　5. ông

三　1. OANH → oanh　2. ĂNG → ăng　3. âng → ÂNG　4. IÊNG → iêng　5. ưng → ƯNG

四　1. bóng đá　2. bệnh xoang　3. uống rượu　4. vầng trăng　5. màu trắng
　　6. bức tường　7. vỡ toang　8. rừng

五　1. ❶nhà hàng　2. ❶ống hút　3. ❶súng　4. ❷củ riềng　5. ❷trường học

六　Ⓐrừng　Ⓑbánh chưng　Ⓒbóng bay　Ⓓ北 hoa hồng (南 bông hồng)

115

平聲（Thanh ngang）

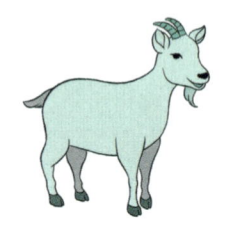

B04-01.MP3　N04-01.MP3

con dê
羊

ăn cơm
吃飯

sô-cô-la
巧克力

con dao
刀子

cây tre
竹子

北越 **bôi son**
南越 **tô son**
塗口紅

bông hoa
花朵

say xe
暈車

phi công
飛行員

bia
啤酒

Part IV 聲調

平聲聽寫練習
（所有題目請專心反覆聆聽練習，以便達到快速聽懂聲調的實力）

一、請聽 Mp3 做平聲字的練習，並書寫出來。

① _____ ② _____
③ _____ ④ _____
⑤ _____ ⑥ _____
⑦ _____ ⑧ _____

二、聽 Mp3，找出下方短句中平聲的字，並圈起來。

1. Bông hoa nay thơm qua!　這朵花好香！
2. Con dao nay săc thât!　這把刀真鋒利！
3. Em đang bôi son (南 tô son).　我正在塗口紅。
4. Me (南 Ma) đi mua thuôc chông say xe.　媽媽去買暈車藥
5. Nông thôn Viêt Nam trông rât nhiêu cây tre.　越南鄉下種很多竹子。
6. Lê tinh nhân phai tăng ngươi yêu sô-cô-la va hoa.
情人節要送情人巧克力及花。
7. Hôm qua tôi va ban đi uông bia.
昨天我和朋友去喝啤酒。
8. Ban co thich ăn sô-cô-la không?　你喜歡吃巧克力嗎？
9. Tơ (南 Tui) rât thich ăn sô-cô-la.　我很喜歡吃巧克力。
10. Chai bia nay ban bao nhiêu tiên?　這瓶啤酒賣多少錢？
11. Chai bia nay hai mươi nghin đông.　這瓶啤酒兩萬越盾。
12. Bô (南 Ba) cua Nam la phi công.　阿南的爸爸是飛行員。
13. Ban ăn cơm chưa?　你吃飯了嗎？
14. Tơ (南 Tui) ăn cơm rôi.　我吃飯了。
15. Con dê co hai sưng.　羊有兩隻角。

117

三、聽 Mp3，找出下方短文中平聲的字，並圈起來。

1. Canh nha em co môt con sông rât lơn. Đo la con sông Hông. Sông Hông la sông lơn nhât ơ miên Băc Viêt Nam. Sông cung câp nươc, cung câp thuy điên va mang lai rât nhiêu lơi ich khac cho nông nghiêp. Tuy nhiên, vao mua lu lut, ơ môt sô vung, sông cung gây ra rât nhiêu thiêt hai vê cua cai, vât chât, thâm chi ca vê tinh mang. Chinh vi thê, ơ ven sông ngươi dân trông rât nhiêu tre xanh đê ngăn lu lut.

　　我家附近有很大的一條河，叫做紅河。紅河是北越最大的河。這條河提供水、水力發電、對於農業有很大的幫助。但當水災的季節來臨時，紅河也會在一些地區造成許多傷害，導致財務損失，甚至造成人命傷亡。因此，人們為了預防河水泛濫，於是便在河邊種了許多綠竹藉以抵擋水災。

2. Ươc mơ cua em la lơn lên đươc lam chu phi công lai may bay. Như vây em se co cơ hôi đi khăp moi nơi trên thê giơi. Môi lân bô (南 ba) đi công tac vê, bô (南 ba) đêu mua tăng em may bay đô chơi. Em rât thich nhưng chiêc may bay do bô (南 ba) tăng. Em hy vong, sau nay ươc mơ cua em se thanh sư thưc. Va em se tư minh lai may bay đưa bô (南 ba) va gia đinh đi du lich vong quanh thê giơi.

　　我的夢想是長大之後能當飛行員。這樣我會有機會去世界上很多的地方。每次爸爸去出差回來都買飛機玩具送我，我很喜歡那些爸爸送的飛機。我希望將來我的夢想會成真，然後我會自己開飛機帶爸爸及家人去環遊世界。

3. Trong ngay lê tinh nhân, ngươi ta thương gưi găm cho nhau nhưng lơi yêu thương đên môt nưa cua minh. Vât không thê thiêu đươc trong ngay nay, đo chinh la sô-cô-la va hoa hông (南 bông hông). Co thê noi, ngay lê tinh nhân la thơi điêm đê tôn vinh tinh yêu đôi lưa, va la cơ hôi đê ghi lai khoanh khăc ngot ngao cua cac đôi tinh nhân.

　　情人節當天，人們常會對自己的另一伴說一些甜言蜜語。而這一天，不可或缺的東西就是巧克力及玫瑰花。情人節可謂是歌詠情侶們的愛情，也是記錄情侶甜蜜時刻的最佳時機。

118

解答

一、

① ăn cơm
② con dao
③ phi công
④ bia
⑤ bông hoa
⑥ cây tre
⑦ ô-tô
⑧ say xe

二、

1. Bông hoa này thơm quá!
2. Con dao này sắc thật!
3. Em đang bôi son (南 tô son).
4. Mẹ (南 Má) đi mua thuốc chống say xe.
5. Nông thôn Việt Nam trồng rất nhiều cây tre.
6. Lễ tình nhân phải tặng người yêu sô-cô-la và hoa.
7. Hôm qua tôi và bạn đi uống bia.
8. Bạn có thích ăn sô-cô-la không?
9. Tớ (南 Tui) rất thích ăn sô-cô-la.
10. Chai bia này bán bao nhiêu tiền?
11. Chai bia này hai mươi nghìn đồng.
12. Bố (南 ba) của Nam là phi công.
13. Bạn ăn cơm chưa?
14. Tớ (南 Tui) ăn cơm rồi.
15. Con dê có hai sừng.

三、

1. Cạnh nhà em có một con sông rất lớn. Đó là con sông Hồng. Sông Hồng là sông lớn nhất ở miền Bắc Việt Nam. Sông cung cấp nước, cung cấp thủy điện và mang lại rất nhiều lợi ích khác cho nông nghiệp. Tuy nhiên, vào mùa lũ lụt, ở một số vùng, sông cũng gây ra rất nhiều thiệt hại về của cải, vật chất, thậm chí cả về tính mạng. Chính vì thế, ở ven sông, người dân trồng rất nhiều tre xanh để ngăn lũ lụt.

2. Ước mơ của em là lớn lên được làm chú phi công lái máy bay. Như vậy em sẽ có cơ hội đi khắp mọi nơi trên thế giới. Mỗi lần bố (南 ba) đi công tác về, bố (南 ba) đều mua tặng em máy bay đồ chơi. Em rất thích những chiếc máy bay do bố (南 ba) tặng. Em hy vọng, sau này ước mơ của em sẽ thành sự thực. Và em sẽ tự mình lái máy bay đưa bố (南 ba) và gia đình đi du lịch vòng quanh thế giới.

3. Trong ngày lễ tình nhân, người ta thường gửi gắm cho nhau những lời yêu thương đến một nửa của mình. Vật không thể thiếu được trong ngày này, đó chính là sô-cô-la và hoa hồng (南 bông hồng). Có thể nói, ngày lễ tình nhân là thời điểm để tôn vinh tình yêu đôi lứa, và là cơ hội để ghi lại khoảnh khắc ngọt ngào của các đôi tình nhân.

銳聲（Thanh sắc）

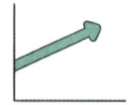

北越 cái bút
南越 cây viết
筆

máy sấy tóc
吹風機

sấm sét
雷電

uống nước
喝水

cá sấu
鱷魚

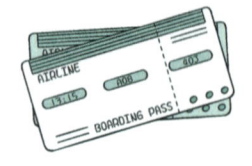

vé máy bay
機票

thắp hương
上香

nước Pháp
法國

túi xách
手提包

北越 kính mắt
南越 mắt kiếng
眼鏡

銳聲聽寫練習（所有題目請專心反覆聆聽練習，以便達到快速聽懂聲調的實力）

一、請聽 Mp3 找出銳聲的字，並標上發音符號。

① sâm set　　　雷電
② thuôc la　　　香菸
③ may sây toc　吹風機
④ ca sâu　　　　鱷魚
⑤ tui xach　　　手提包
⑥ con răn　　　蛇
⑦ tiêng hat　　　歌聲
⑧ sô năm　　　五

二、聽 Mp3，找出下方短句中銳聲的字，並圈起來。

1. Chu phi cong lai may bay.　飛行員叔叔開飛機。
2. Em rât thich cai but (南 cây viêt) kia.　我很喜歡那支筆。
3. Chung ta không nên hut thuoc la.　我們不應該抽菸。
4. Cai tui xach đây (南 đo) rât đăt (南 măc).　那手提包很貴。
5. Tôi muôn mua may sây toc.　我想買吹風機。
6. Anh co kinh măt (南 măt kiêng) không?　你有眼鏡嗎？
7. Anh co hai cai kinh măt (南 măt kiêng).　我有兩副眼鏡。
8. Lan ơi, em mua ve may bay chưa?　阿蘭，妳已經買機票了嗎？
9. Em chưa mua ve may bay.　我還沒買機票。
10. Uông nươc tôt cho sưc khoe cua chung ta.　喝水對我們好。
11. Cai but (南 Cây viêt) kia ban bao nhiêu?　那支筆賣多少錢？
12. Tôi rât sơ sâm set.　我很怕雷電。
13. Têt đên em đi chua thăp hương.　新年到我去廟上香。
14. Nươc măt ca sâu.　鱷魚的眼淚。
15. Em ây hat rât hay.　她唱歌很好聽。

三、聽 Mp3，找出下方短文中銳聲的字，並圈起來。

1. Hut thuôc la co tac hai rât lơn đên sưc khoe con ngươi. Chinh vi thê chung ta không nên hut thuôc la. Đê đam bao sưc khoe, moi ngươi chung ta nên uông đu 2 lit nươc môi ngay, thương xuyên tâp thê duc. Co môt sô môn thê thao điên hinh như: <u>bong đa</u> (南 <u>đa banh</u>), bong rô, bơi lôi, yoga… Nhưng môn thê thao nay co thê tac đông đên toan bô cac cơ băp trên cơ thê chung ta giup đat được hiêu qua thê duc thê thao.

　　抽菸對人的健康傷害很大，所以我們不應該抽菸。為了確保健康，我們每個人一天都要喝足兩公升的水，並經常運動。有些典型的運動項目，如：足球、籃球、游泳、瑜珈……等等這些運動都可以牽動我們全身的肌肉，達到健身的效果。

2. Gia đinh em co sau ngươi, đo la <u>bô</u> (南 <u>ba</u>) em, <u>me</u> (南 <u>ma</u>) em, hai chi gai, môt anh trai va em. Vi em la con ut trong nha, nên được moi ngươi rât quy mên va chiêu chuông. Măc du vây, nhưng <u>bô me</u> (南 <u>ba ma</u>) em luôn day em phai lê phep va biêt giup đơ lam viêc nha. Em nghe lơi <u>bô me</u> (南 <u>ba ma</u>) nên tư nho đa biêt theo <u>me</u> (南 <u>ma</u>) va chi hoc nâu cơm, quet nha. Em rât yêu quy gia đinh cua em, hy vong gia đinh em luc nao cung hanh phuc.

　　我家有六個人，就是我的爸爸、我的媽媽、兩個姊姊、一個哥哥和我。因為我是老么，所以大家都很寵愛我。雖然那樣，但我的父母都教導我要有禮貌，幫助分擔家事。我很聽父母的話，所以從小就跟著媽媽及姊姊學煮飯，打掃家裡。我很愛我的家庭，希望我們家永遠幸福。

3. Bong đa la môn thê thao rât được yêu thich ơ Viêt Nam. Co thê noi đây la môt môn thê thao nươc nha. Cư môi mua World Cup đên la ngươi ngươi nha nha đêu nao nưc đon xem. Giai <u>bong đa</u> (南 <u>đa banh</u>) se được truyên hinh trưc tiêp trên vô tuyên, đê cho ngươi hâm mô <u>bong đa</u> (南 <u>đa banh</u>) co thê chiêm ngương nhưng pha bong đep măt va nhưng trân thi đâu quyêt liêt.

　　在越南，足球是一項很受歡迎的體育項目。可以說這個國家的全民運動。每當世界

122

盃舉辦時，家家戶戶都會熱烈觀賞。足球賽會在電視台上直播，讓熱愛足球的觀眾都可以觀賞到精彩刺激的球賽。

解答

一、

① sấm sét
② thuốc lá
③ máy sấy tóc
④ cá sấu
⑤ túi xách
⑥ con rắn
⑦ tiếng hát
⑧ số năm

二、

1. Chú phi công lái máy bay.
2. Em rất thích cái bút (南 cây viết) kia.
3. Chúng ta không nên hút thuốc lá.
4. Cái túi xách đấy (南 đó) rất đắt (南 mắc).
5. Tôi muốn mua máy sấy tóc.
6. Anh có kính mắt (南 mắt kiếng) không?
7. Anh có hai cái kính mắt (南 mắt kiếng).
8. Lan ơi, em mua vé máy bay chưa?
9. Em chưa mua vé máy bay.
10. Uống nước tốt cho sức khỏe của chúng ta.
11. Cái bút (南 Cây viết) kia bán bao nhiêu?
12. Tôi rất sợ sấm sét.
13. Tết đến em đi chùa thắp hương.
14. Nước mắt cá sấu.
15. Em ấy hát rất hay.

三、

1. Hút thuốc lá có tác hại rất lớn đến sức khỏe con người. Chính vì thế chúng ta không nên hút thuốc lá. Để đảm bảo sức khỏe, mỗi người chúng ta nên uống đủ hai lít nước mỗi ngày, thường xuyên tập thể dục. Có một số môn thể thao điển hình như: bóng đá (南 đá banh), bóng rổ, bơi lội, yoga… Những môn thể thao này có thể tác động đến toàn bộ các cơ bắp trên cơ thể chúng ta giúp đạt được hiệu quả thể dục thể thao.

2. Gia đình em có sáu người, đó là bố (南 ba) em, mẹ (南 má) em, hai chị gái, một anh trai và em. Vì em là con út trong nhà, nên được mọi người rất quý mến và chiều chuộng. Mặc dù vậy, nhưng bố mẹ (南 ba má) em luôn dạy em phải lễ phép và biết giúp đỡ làm việc nhà. Em nghe lời bố mẹ (南 ba má) nên từ nhỏ đã biết theo mẹ (南 má) và chị học nấu cơm, quét nhà. Em rất yêu quý gia đình của em, hy vọng gia đình em lúc nào cũng hạnh phúc.

3. Bóng đá là môn thể thao rất được yêu thích ở Việt Nam. Có thể nói đây là một môn thể thao nước nhà. Cứ mỗi mùa World Cup đến là người người nhà nhà đều náo nức đón xem. Giải bóng đá (南 đá banh) sẽ được truyền hình trực tiếp trên vô tuyến, để cho người hâm mộ bóng đá (南 đá banh) có thể chiêm ngưỡng những pha bóng đẹp mắt và những trận thi đấu quyết liệt.

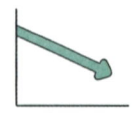

玄聲（Thanh huyền）

北音 B04-13.MP3
南音 N04-13.MP3

mì gà
雞肉麵

bà già
老婆婆

đèn bàn
檯燈

đồng hồ
錶

nhà thờ
教堂

Hồ Hoàn Kiếm
還劍湖

北越 **trung hồ cầm**
南越 **đàn Viola**
中提琴
*Viola為外來語。請聽MP3練習發音。

đèn đường
路燈

北越 **quần bò**
南越 **quần jean**
牛仔褲
*jean為外來語。請聽MP3練習發音。

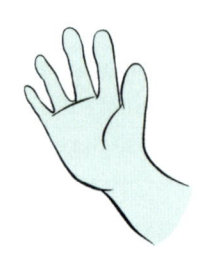

bàn tay
手掌

Part IV 聲調

玄聲聽寫練習 （所有題目請專心反覆聆聽練習，以便達到快速聽懂聲調的實力）

一、請聽 Mp3 找出玄聲的字，並標上發音符號。

① trung hô câm (南 đan Viola)　　中提琴　　② đen đương　　路燈

③ đen ban　　檯燈　　④ Hô Hoan Kiêm　　還劍湖

⑤ quân bo (南 quân jean)　　牛仔褲　　⑥ mau tim　　紫色

⑦ nha san　　高腳屋　　⑧ cai ban　　桌子

二、聽 Mp3，找出下方短句中玄聲的字，並圈起來。

1. Cai quân bo (南 quân jean) nay rach rôi.　這牛仔褲破掉了。
2. Ba tôi rât thich ăn mi ga.　我奶奶很喜歡吃雞肉麵。
3. Cai đen ban nay rât sang.　這座檯燈很亮。
4. Tôi co đông hô mơi.　我有新錶。
5. Hô Hoan Kiêm rât đep.　還劍湖很漂亮。
6. Ban co hay đên nha thơ không?　你常到教堂嗎？
7. Đen đương nay hong (南 hư) rôi.　這座路燈壞了。
8. Tôi mua mi ga cho ba tôi.　我買雞肉麵給奶奶。
9. Ban tay tôi xâu qua!　我的手掌很醜。
10. Cuôi tuân gia đinh tôi thương đi hô Hoan Kiêm ăn kem.
    週末我的家人常去還劍湖吃冰。
11. Ban co mây cai quân bo (南 quân jean)?　你有幾件牛仔褲？
12. Minh co ba cai quân bo (南 quân jean).　我有三件牛仔褲。
13. Đông hô kia đep qua!　那支錶好好看！
14. Anh co biêt nâu mi ga không?　你會煮雞肉麵嗎？
15. Anh biêt nâu mi ga. Em co biêt nâu không?　我會煮雞肉麵，妳會煮嗎？

125

三、聽 Mp3，找出下方短文中玄聲的字，並圈起來。

1. Nha tôi vưa mơi chuyên nha nên cân phai mua rât nhiêu đô đac như bat (南 chen), đua, môt cai đông hô va ban ghê mơi. Me (南 Ma) cung cân thay môt chiêc ban la (南 ban ui) đê la (南 ui) quân ao cho ca nha. Trong phong tôi cung cân mua môt chiêc đen ban mơi. Thât la nhiêu thư cân phai mua.

　　我剛搬家所以需要買很多東西，如：碗、筷子、一個時鐘及新的桌椅。媽媽也要換一個熨斗幫全家燙衣服。我的房間裡面也需要一個新的檯燈，真的要買好多東西。

2. Hô Hoan Kiêm la môt thăng canh nôi tiêng cua thu đô Ha Nôi. Đên đây ban se co cơ hôi thương ngoan canh săc tuyêt vơi va hit thơ không khi trong lanh, vi xung quanh hô la môt không gian xanh. Bên canh hô trông rât nhiêu cây cô thu, nhưng răng liêu thươt tha toc ru, nhưng mai đên, chua cô kinh, thap cu rêu phong... Chinh vi thê ma môi khi đên đây, ngươi ta thương mang vê cho minh rât nhiêu bưc hinh lưu niêm đep.

　　還劍湖是河內非常知名的景點。到這裡，你會有機會欣賞到優美的景色並呼吸到新鮮的空氣。因為湖邊是一個綠色的空間，種植著許多古老的樹木，楊柳樹的樹鬚有如下垂的髮絲，伴隨著一些古寺廟及滿佈青苔的老塔⋯，正因有這些美景在，所以人們每次來到這裡，都可以帶著許多漂亮的紀念照回去。

3. Ngay mai em se cung chi va me (南 ma) đi Đa Lat chơi. Nghe noi phong canh cua Đa Lat rât đep va lang man. Sau khi đên đo, em muôn ghe thăm nha thơ Con Ga, Thung Lung Tinh Yêu, Hô Xuân Hương, chua Linh Phươc va nhưng đia điêm du lich khac tai Đa Lat. Em con muôn đi hai dâu tây, uông sưa nong va ăn banh mi xiu mai. Đây đêu la nhưng đăc san cua Đa Lat.

　　明天我會跟姊姊及媽媽去大叻玩。聽說大叻的風景很美、充滿著浪漫的氣息。到了那裡之後，我想去看公雞教堂、愛情山谷、春香湖、靈福寺和大叻其他的觀光景點。我還想去採草莓、喝熱奶及吃燒賣麵包，這些都是大叻的特產。

126

解答

一、

① trung hồ cầm (南 đàn Viola)
② đèn đường
③ đèn bàn
④ Hồ Hoàn Kiếm
⑤ quần bò (南 quần jean)
⑥ màu tím
⑦ nhà sàn
⑧ cái bàn

二、

1. Cái quần bò (南 quần jean) này rách rồi.
2. Bà tôi rất thích ăn mì gà.
3. Cái đèn bàn này rất sáng.
4. Tôi có đồng hồ mới.
5. Hồ Hoàn Kiếm rất đẹp.
6. Bạn có hay đến nhà thờ không?
7. Đèn đường này hỏng (南 hư) rồi.
8. Tôi mua mì gà cho bà tôi.
9. Bàn tay tôi xấu quá!
10. Cuối tuần gia đình tôi thường đi Hồ Hoàn Kiếm ăn kem.
11. Bạn có mấy cái quần bò (南 quần jean)?
12. Mình có ba cái quần bò (南 quần jean).
13. Đồng hồ kia đẹp quá!
14. Anh có biết nấu mì gà không?
15. Anh biết nấu mì gà. Em có biết nấu không?

三、

1. Nhà tôi vừa mới chuyển nhà nên cần phải mua rất nhiều đồ đạc như bát (南 chén), đũa, một cái đồng hồ và bàn ghế mới. Mẹ (南 Má) cũng cần thay một chiếc bàn là (南 bàn ủi) để là (南 ủi) quần áo cho cả nhà. Trong phòng tôi cũng cần mua một chiếc đèn bàn mới. Thật là nhiều thứ cần phải mua.

2. Hồ Hoàn Kiếm là một thắng cảnh nổi tiếng của thủ đô Hà Nội. Đến đây bạn sẽ có cơ hội thưởng ngoạn cảnh sắc tuyệt vời và hít thở không khí trong lành, vì xung quanh hồ là một không gian xanh. Bên cạnh hồ trồng rất nhiều cây cổ thụ, những rặng liễu thướt tha tóc rủ, những mái đền, chùa cổ kính, tháp cũ rêu phong… Chính vì thế mà mỗi khi đến đây, người ta thường mang về cho mình rất nhiều bức hình lưu niệm đẹp.

3. Ngày mai em sẽ cùng chị và mẹ (南 má) đi Đà Lạt chơi. Nghe nói phong cảnh của Đà Lạt rất đẹp và lãng mạn. Sau khi đến đó, em muốn ghé thăm nhà thờ Con Gà, Thung Lũng Tình Yêu, Hồ Xuân Hương, chùa Linh Phước và những địa điểm du lịch khác tại Đà Lạt. Em còn muốn đi hái dâu tây, uống sữa nóng và ăn bánh mì xíu mại. Đây đều là những đặc sản của Đà Lạt.

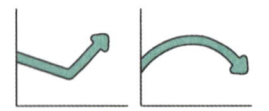

問聲（Thanh hỏi）

B04-19.MP3　N04-19.MP3

rửa tay
洗手

cửa sổ
窗戶

nhảy múa
跳舞

củ tỏi
蒜頭

nhổ cỏ
拔草

máy hút ẩm
除溼機

北越 **quả ổi**
南越 **trái ổi**
芭樂

biển
海

sở thú
動物園

cảnh sát
警察

Part IV 聲調

問聲聽寫練習
（所有題目請專心反覆聆聽練習，以便達到快速聽懂聲調的實力）

一、請聽 Mp3 找出問聲的字，並標上發音符號。

① cưa sô　　窗戶　　　② canh sat　　警察
③ rưa tay　　洗手　　　④ nhô co　　拔草
⑤ may hut âm　除溼機　⑥ biên　　海
⑦ con tho　　兔子　　　⑧ sư tư　　獅子

二、聽 Mp3，找出下方短句中問聲的字，並圈起來。

1. Trươc khi ăn cơm phai rưa tay sach se.　吃飯前要把手洗乾淨。
2. Me (南 Ma) tôi đang nhô co ngoai vươn.　我媽媽在菜園裡拔草。
3. Mua he em thich đi biên chơi.　夏天我喜歡去海邊玩。
4. Cuôi tuân em co muôn đi sơ thu không?　週末妳想去動物園嗎？
5. Cuôi tuân em muôn đi sơ thu.　週末我想去動物園。
6. Cai may hut âm nay la cua ai?　這台除溼機是誰的？
7. Cai may hut âm đo la cua tôi.　那台除溼機是我的。
8. Nha ban co mây cai cưa sô?　你家有幾個窗戶。
9. Nha tôi co hai cai cưa sô.　我家有兩個窗戶。
10. Qua ôi (南 Trai ôi) nay rât ngon.　這顆芭樂很好吃。
11. Em co thich nhay mua không?　妳喜歡跳舞嗎？
12. Em rât thich nhay mua!　我很喜歡跳舞。
13. Tôi cân mua môt cai may hut âm.　我需要買一台除溼機。
14. Xin hoi sơ canh sat ơ đâu?　請問警察局在哪裡？
15. Sơ canh sat ơ đăng kia!　警察局在那邊！

129

三、聽 Mp3，找出下方短文中問聲的字，並圈起來。

1. Hôm nay em được bô (南 ba) đưa đi thăm sơ thu. Ơ đo co đu cac loai đông vât như: khi, voi, ca sâu, hô (南 cop), hươu…Chung ăn hoa qua (南 trai cây) va rât thich nhay mua, biêu diên cho khan gia xem. Em đa chup rât nhiêu anh (南 hinh). Khi trơ vê nha, em nhât đinh se khoe vơi me (南 ma) va ba ngoai.

　　今天爸爸帶我去動物園玩。那邊有很多動物，如：猴子、大象、鱷魚、老虎、鹿⋯牠們吃水果，很喜歡跳舞表演給觀眾看。我拍很多張照片，回家時我一定會秀給媽媽跟外婆看。

2. Trươc nha em co môt khu vươn nho. Môi lân được nghi hoc, em đêu ra vươn giup me nhô co va chăm soc cây qua (南 cây trai). Trong vươn co rât nhiêu loai rau, cây, qua (南 trai), nhưng em thich nhât la cây bươi va cây ôi. Vi thân cua hai cây nay rât lơn va cao, như vây em co thê măc vong năm ngu trưa, vô cung thoai mai va mat me.

　　我家前面有一個小小的園子，每次學校放假時，我都會到園子裡幫媽媽拔草及照料果樹。園子裡有很多種青菜、樹、水果，但我最喜歡的是柚子樹及芭樂樹。因為這兩棵樹長得又大又高，這樣我可以掛著吊床躺在那邊睡午覺，既舒服又涼快。

3. Hiên nay, cư vao ngay cuôi tuân, rât nhiêu cac ban tre đêu ru nhau ra bơ biên căm trai. Ban ngay, ho đap xe quanh biên, ngôi thuyên ra đao hoăc đi câu ca. Buôi chiêu, ho cung nhau ngăm anh măt trơi lăn. Tôi đên ho đôt lưa trai, nhay mua va mơ tiêc. Hoat đông nay thât bô ich, vi no giup cho moi ngươi co cơ hôi được hoa minh vao thiên nhiên, giam bơt ap lưc trong cuôc sông hang ngay.

　　現今每到週末時，很多年輕人都會一起去海邊露營。白天，他們在海岸騎腳踏車，坐船去小島上玩或去釣魚；午後，他們則一起觀賞夕陽西下。到了晚上，他們則舉辦營火晚會，跳舞及開派對。這項活動是非常有益的，因為它可以讓人們有機會接觸到大自然，並減少生活壓力。

解答

一、
① cửa sổ
② cảnh sát
③ rửa tay
④ nhổ cỏ
⑤ máy hút ẩm
⑥ biển
⑦ con thỏ
⑧ sư tử

二、
1. Trước khi ăn cơm phải rửa tay sạch sẽ.
2. Mẹ (南 Má) tôi đang nhổ cỏ ngoài vườn.
3. Mùa hè em thích đi biển chơi.
4. Cuối tuần em có muốn đi sở thú không?
5. Cuối tuần em muốn đi sở thú.
6. Cái máy hút ẩm này là của ai?
7. Cái máy hút ẩm đó là của tôi.
8. Nhà bạn có mấy cái cửa sổ?
9. Nhà tôi có hai cái cửa sổ.
10. Quả ổi (南 Trái ổi) này rất ngon.
11. Em có thích nhảy múa không?
12. Em rất thích nhảy múa!
13. Tôi cần mua một cái máy hút ẩm.
14. Xin hỏi sở cảnh sát ở đâu?
15. Sở cảnh sát ở đằng kia!

三、
1. Hôm nay em được bố (南 ba) đưa đi thăm sở thú. Ở đó có đủ các loài động vật như: khỉ, voi, cá sấu, hổ (南 cọp), hươu… Chúng ăn hoa quả (南 trái cây) và rất thích nhảy múa, biểu diễn cho khán giả xem. Em đã chụp rất nhiều ảnh (南 hình). Khi trở về nhà, em nhất định sẽ khoe với mẹ (南 má) và bà ngoại.

2. Trước nhà em có một khu vườn nhỏ. Mỗi lần được nghỉ học, em đều ra vườn giúp mẹ nhổ cỏ và chăm sóc cây quả (南 cây trái). Trong vườn có rất nhiều loại rau, cây, quả (南 trái), nhưng em thích nhất là cây bưởi và cây ổi. Vì thân của hai cây này rất lớn và cao, như vậy em có thể mắc võng nằm ngủ trưa, vô cùng thoải mái và mát mẻ.

3. Hiện nay, cứ vào ngày cuối tuần, rất nhiều các bạn trẻ đều rủ nhau ra bờ biển cắm trại. Ban ngày, họ đạp xe quanh biển, ngồi thuyền ra đảo hoặc đi câu cá. Buổi chiều, họ cùng nhau ngắm ánh mặt trời lặn. Tối đến họ đốt lửa trại, nhảy múa và mở tiệc. Hoạt động này thật bổ ích, vì nó giúp cho mọi người có cơ hội được hòa mình vào thiên nhiên, giảm bớt áp lực trong cuộc sống hàng ngày.

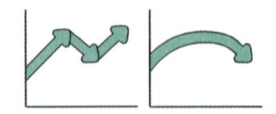

跌聲（Thanh ngã）

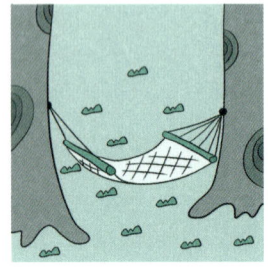

B04-25.MP3　北音
N04-25.MP3　南音

cái võng
吊床

ngã tư
十字路口

vẽ tranh
畫畫

北越 **bãi đỗ xe**
南越 **bãi đậu xe**
停車場

mũ nón
帽子

sữa chua
優酪乳、酸奶

北越 **lĩnh lương**
南越 **lãnh lương**
領薪

diễn viên
演員

con muỗi
蚊子

bãi cỏ
草地

Part IV 聲調

跌聲聽寫練習 （所有題目請專心反覆聆聽練習，以便達到快速聽懂聲調的實力）

一、請聽 Mp3 找出跌聲的字，並標上發音符號。

① ve tranh　　畫畫　　② sưa chua　　優酪乳、酸奶
③ bai co　　草地　　④ mu non　　帽子
⑤ cai vong　　吊床　　⑥ diên viên　　演員
⑦ đua　　筷子　　⑧ gio bao　　颱風

二、聽 Mp3，找出下方短句中跌聲的字，並圈起來。

1. Thanh Lan ve tranh rât đep.　青蘭畫畫很好看。
2. Xin hoi bai đô xe (南 bai đâu xe) ơ đâu?　請問停車場在哪裡？
3. Bai đô xe (南 Bai đâu xe) ơ gân nga tư đăng kia.　停車場在那邊的十字路口附近。
4. Chi Hoa la diên viên nôi tiêng.　花姐姐是有名的演員。
5. Dương ơi, ban co thich ăn sưa chua không?　阿揚啊！你喜歡吃優酪乳嗎？
6. Tơ (南 Tui) rât thich ăn sưa chua.　我很喜歡吃優酪乳。
7. Nha tôi ban rât nhiêu mu non.　我家賣很多帽子。
8. Bai co nay rông qua!　這草地好寬！
9. Toi thich năm trên bai co ngăm sao.　我喜歡躺在草地上看星星。
10. Ngay mai Mai va Linh đêu linh lương (南 lanh lương).　阿梅跟阿玲明天都會領薪水。
11. Cai vong nay năm rât thoai mai.　這個吊床躺很舒服。
12. Tôi rât thich ve tranh.　我很喜歡畫畫。
13. Xe cua tôi đang ơ trong bai đô xe (南 bai đâu xe).　我的車停在停車場裡。
14. Ban co biêt diên viên nam đo không?　你知道那個男演員嗎？
15. Diên viên nam đo la thân tương cua tôi.　那個男演員是我的偶像。

133

三、聽 Mp3，找出下方短文中跌聲的字，並圈起來。

1. Tuân trước em băt đâu tham gia môt lơp hoc ve tranh. Cô giao đa đưa ca lơp đên môt công viên co không gian rât tuyêt đê thưc hanh tiêt hoc ve. Em rât thich công viên đo. Tuy nhiên, trên bai co chung em ngôi ve tranh co rât nhiêu muôi, thưc sư không thoai mai chut nao.

　　上星期我開始參加一個學畫畫的課程。老師帶全班到一個很棒的公園進行畫畫課。我很喜歡那座公園，但是我們坐在草地上畫畫時卻有很多蚊子，真的讓人很不舒服。

2. Đên Viêt Nam, cac ban nhât đinh phai uông thư thưc uông co tên goi "sưa chua đanh đa". Đây la môt loai thưc uông phô biên trong nhưng ngay nong bưc. Ngươi ta dung sưa chua, cho thêm đa bao, vưa mat vưa ngon. Sưa chua đanh đa không chi dung đê giai khat, ma no con co tac dung chông lao hoa, giup tiêu hoa va tôt cho da day.

　　來到越南，你們一定要嘗嘗看一種名為「酸奶冰沙」的飲品。在這裡炎熱的天候下，這項飲品相當地受到歡迎。而「酸奶冰沙」是人們用酸奶，加上沙冰所製成的，吃下去後能感到沁涼可口。酸奶冰沙不但可以解渴，而它還有抗老、助消化及保護胃部的功用。

3. Hô Ngoc Ha la môt ngươi mâu, ca si, diên viên nôi tiêng ơ Viêt Nam. Cô ây rât thông minh, xinh đep va quyên ru. Nhiêu ban nư đêu ngương mô va lây cô ây lam hinh tương đê hoc tâp va phân đâu. Cung co không it cac ban nam đêu hâm mô cô nư hoang giai tri nay cua Viêt Nam.

　　胡玉荷是越南一位非常知名的模特兒、歌手及演員。她非常地聰明、漂亮且迷人。在越南許多女生都很崇拜她，將她當作偶像並努力向她學習。也有不少男生朋友都很欣賞這位越南的娛樂女王。

解答

一、

① vẽ tranh
② sữa chua
③ bãi cỏ
④ mũ nón
⑤ cái võng
⑥ diễn viên
⑦ đũa
⑧ gió bão

二、

1. Thanh Lan vẽ tranh rất đẹp.
2. Xin hỏi bãi đỗ xe (南 bãi đậu xe) ở đâu?
3. Bãi đỗ xe (南 Bãi đậu xe) ở gần ngã tư đằng kia.
4. Chị Hoa là diễn viên nổi tiếng.
5. Dương ơi, bạn có thích ăn sữa chua không?
6. Tớ (南 Tui) rất thích ăn sữa chua.
7. Nhà tôi bán rất nhiều mũ nón.
8. Bãi cỏ này rộng quá!
9. Tôi thích nằm trên bãi cỏ ngắm sao.
10. Ngày mai Mai và Linh đều lĩnh lương (南 lãnh lương).
11. Cái võng này nằm rất thoải mái.
12. Tôi rất thích vẽ tranh.
13. Xe của tôi đang ở trong bãi đỗ xe (南 bãi đậu xe).
14. Bạn có biết diễn viên nam đó không?
15. Diễn viên nam đó là thần tượng của tôi.

三、

1. Tuần trước em bắt đầu tham gia một lớp học vẽ tranh. Cô giáo đã đưa cả lớp đến một công viên có không gian rất tuyệt để thực hành tiết học vẽ. Em rất thích công viên đó. Tuy nhiên, trên bãi cỏ chúng em ngồi vẽ tranh có rất nhiều muỗi, thực sự không thoải mái chút nào.

2. Đến Việt Nam, các bạn nhất định phải uống thử thức uống có tên gọi "sữa chua đánh đá". Đây là một loại thức uống phổ biến trong những ngày nóng bức. Người ta dùng sữa chua, cho thêm đá bào, vừa mát vừa ngon. Sữa chua đánh đá không chỉ dùng để giải khát, mà nó còn có tác dụng chống lão hóa, giúp tiêu hóa và tốt cho dạ dày.

3. Hồ Ngọc Hà là một người mẫu, ca sĩ, diễn viên nổi tiếng ở Việt Nam. Cô ấy rất thông minh, xinh đẹp và quyến rũ. Nhiều bạn nữ đều ngưỡng mộ và lấy cô ấy làm hình tượng để học tập và phấn đấu. Cũng có không ít các bạn nam đều hâm mộ cô nữ hoàng giải trí này của Việt Nam.

重聲（Thanh nặng）

học sinh
學生

lọ mực
墨水瓶

tội nghiệp
可憐

bộ đội
士兵

mật ong
蜂蜜

chợ nổi
水上市場

北越 **cầu trượt**
南越 **cầu tuột**
溜滑梯

con bạch tuộc
章魚

con lạc đà
駱駝

đọc sách
看書

Part IV 聲調

重聲聽寫練習（所有題目請專心反覆聆聽練習，以便達到快速聽懂聲調的實力）

一、請聽 Mp3 找出重聲的字，並標上發音符號。

① chơ nôi　　　　　水上市場　　② con bach tuôc　　章魚
③ mât ong　　　　　蜂蜜　　　　④ bô đôi　　　　　　士兵
⑤ câu trươt (南 câu tuôt)　溜滑梯　⑥ lo mưc　　　　　　墨水瓶
⑦ con ngưa　　　　　馬　　　　　⑧ bân rôn　　　　　　忙碌

二、聽 Mp3，找出下方短句中重聲的字，並圈起來。

1. Con bach tuôc sông ơ biên.　章魚棲息在海中。
2. Chu bô đôi canh gac bao vê đât nươc.　士兵保衛國家。
3. Nha em co nuôi môt con ngưa.　我家有養一隻馬。
4. Tre em rât thich trươt câu trươt (南 chơi câu tuôt).　小朋友很喜歡*玩溜滑梯。*註：「玩溜滑梯」此一表現在南方及北方分別使用不同的動詞。
5. Mât ong rât ngot.　蜂蜜很甜。
6. Nha ban co ơ gân bênh viên không?　你家靠近醫院嗎？
7. Nha tôi ơ rât xa bênh viên.　我家離醫院很遠。
8. Chung ta nên đoc sach thương xuyên.　我們要常看書。
9. Lo mưc nay hêt mưc rôi.　這墨水瓶已經沒了。
10. Hoc sinh nên chăm chi hoc bai.　學生要認真讀書。
11. Lac đa co ba cai mi măt.　駱駝有三層眼皮。
12. Em chưa được thây lac đa bao giơ.　我從來沒看過駱駝。
13. Miên Nam Viêt Nam co rât nhiêu chơ nôi.　在越南的南方有很多水上市場。
14. Lơp anh co bao nhiêu hoc sinh?　你班上有幾個學生？
15. Lơp anh co ba mươi hai hoc sinh.　我的班上有三十二個學生。

三、聽 Mp3，找出下方短文中重聲的字，並圈起來。

1. Gân nha tôi co môt trương hoc. Trương hoc nay co rât nhiêu hoc sinh. Môi thư hai hang tuân hoc sinh đêu phai măc ao đông phuc mau trăng đên trương. Môi lân đi qua trương, tôi đêu thây cac em hoc sinh rât chăm chi hoc bai. Giơ ra chơi cac em ây thich <u>trươt câu trươt (🟢 chơi câu tuôt)</u> va chay quanh sân trương.

　　我家附近有一所學校，這所學校有很多學生。每週一學生都要穿白色的制服到學校去。每次經過學校，我都看到學生很認真上學。下課時他們喜歡<u>玩溜滑梯</u>以及在校園裡跑來跑去。

2. Dich vu y tê cua Đai Loan vô cung chât lương va đươc đanh gia cao trên toan thê giơi. Vơi nhưng thiêt bi tiên tiên; đôi ngu y bac si chuyên nghiêp; phuc vu tân tinh; chi phi hơp ly, cac bênh viên cua Đai Loan ngay cang thu hut nhiêu bênh nhân tư nươc ngoai đên kham va điêu tri.

　　台灣的醫療非常有品質，享譽全球。憑藉著先進的設備、專業的醫療團隊、熱忱服務及合理的成本，台灣的醫院越來越吸引更多從國外來的患者來台檢查及治療。

3. Sau khi nơi long điêu kiên visa du lich cho ngươi Viêt, công thêm nhiêu hang may bay tung ra hang loat gia ve re, đao ngoc Đai Loan ngay cang thu hut nhiêu du khach Viêt Nam. Đai Loan tuy chi băng 1/9 cua Viêt Nam, nhưng nơi đây co rât nhiêu đia điêm du lich không thê bo qua va đang đê ta đên kham pha.

　　自從對越南旅遊簽證放寬條件之後，再加上許多航空公司推出了一系列的低廉票價，台灣越來越能吸引更多的越南遊客到訪。雖然台灣的面積只有越南的九分之一，但在這裡有非常多不能錯過的旅遊景點，值得我們去探索。

解答

一、

① chợ nổi
② con bạch tuộc
③ mật ong
④ bộ đội
⑤ cầu trượt (南 cầu tuột)
⑥ lọ mực
⑦ con ngựa
⑧ bận rộn

二、

1. Con bạch tuộc sống ở biển.
2. Chú bộ đội canh gác bảo vệ đất nước.
3. Nhà em có nuôi một con ngựa.
4. Trẻ em rất thích trượt cầu trượt (南 chơi cầu tuột).
5. Mật ong rất ngọt.
6. Nhà bạn có ở gần bệnh viện không?
7. Nhà tôi ở rất xa bệnh viện.
8. Chúng ta nên đọc sách thường xuyên.
9. Lọ mực này hết mực rồi.
10. Học sinh nên chăm chỉ học bài.
11. Lạc đà có ba cái mí mắt.
12. Em chưa được thấy lạc đà bao giờ.
13. Miền Nam Việt Nam có rất nhiều chợ nổi.
14. Lớp anh có bao nhiêu học sinh?
15. Lớp anh có ba mươi hai học sinh.

三、

1. Gần nhà tôi có một trường học. Trường học này có rất nhiều học sinh. Mỗi thứ hai hàng tuần học sinh đều phải mặc áo đồng phục màu trắng đến trường. Mỗi lần đi qua trường, tôi đều thấy các em học sinh rất chăm chỉ học bài. Giờ ra chơi các em ấy thích trượt cầu trượt (南 chơi cầu tuột) và chạy quanh sân trường.

2. Dịch vụ y tế của Đài Loan vô cùng chất lượng và được đánh giá cao trên toàn thế giới. Với những thiết bị tiên tiến; đội ngũ y bác sĩ chuyên nghiệp; phục vụ tận tình; chi phí hợp lý, các bệnh viện của Đài Loan ngày càng thu hút nhiều bệnh nhân từ nước ngoài đến khám và điều trị.

3. Sau khi nới lỏng điều kiện visa du lịch cho người Việt, cộng thêm nhiều hãng máy bay tung ra hàng loạt giá vé rẻ, đảo ngọc Đài Loan ngày càng thu hút nhiều du khách Việt Nam. Đài Loan tuy chỉ bằng một phần chín của Việt Nam, nhưng nơi đây có rất nhiều địa điểm du lịch không thể bỏ qua và đáng để ta đến khám phá.

聲調應用練習（所有題目請專心反覆聆聽練習，以便達到快速聽懂聲調的實力）

聽 Mp3，標上下方短文中每個字的聲調符號。

1. Ao dai la trang phuc truyên thông cua Viêt Nam. O Viêt Nam, đi đên đâu chung ta cung co thê băt găp hinh anh thiêu nư Viêt thươt tha trong ta ao dai, nhât la tai cac trương hoc, nơi ma cô va tro đêu thương xuyên măc ao dai. Ao dai thương đươc măc vao cac dip lê hôi, trinh diên; hoăc tai nhưng môi trương đoi hoi sư trang trong, lich sư; hoăc la đông phuc nư sinh tai môt sô trương trung hoc hay đai hoc.

　　奧黛是越南的傳統服裝。在越南，走到哪裡都可以看到越南女生婀娜多姿地穿著奧黛。特別在學校裡，是老師與學生都常穿奧黛的地方。通常在很多節慶活動、表演或在正式的場合人們都會穿著奧黛。在一些高中及大學裡，奧黛也是女學生的制服。

2. Banh chưng la môt loai banh truyên thông cua dân tôc Viêt, nhăm thê hiên long biêt ơn cua con chau đôi vơi cha ông va đât trơi xư sơ. Nguyên liêu lam banh chưng gôm gao nêp, đâu xanh, thit lơn (南 thit heo), la dong. Banh thương đươc lam vao cac dip Têt cô truyên cua dân tôc Viêt, cung như ngay giô tô Hung Vương (mung 10 thang 3 âm lich).

　　粽子是越南民族的傳統年糕，用來表達對祖先及天地的感激。粽子的材料包括糯米、綠豆、豬肉、粽葉。一般在越南的傳統節日，或在雄王忌日（農曆10月3號）當天會包粽子。

3. Xe ôm la môt dich vu vân tai chuyên chơ ngươi va hang hoa băng hinh thưc xe găn may. Ngươi chay xe ôm se nhân tiên thu lao theo thoa thuân hoăc theo chiêu dai đoan đương chơ đi. Xe ôm la môt trong nhưng hinh thưc chuyên chơ kha phô biên ơ Viêt Nam. Nghê lai xe ôm đươc kha nhiêu ngươi đan ông chon đê mưu sinh.

　　抱抱車（計程摩托車）是一種運輸服務業，以摩托車的形式載送人或貨物。計價方式有兩種，通常司機會先與客人先談好價格，或依照路程的長短來定價。在越南，抱抱車是非常普遍的運輸服務模式，也是許多男性賴以為生的工作。

Part IV 聲調

北音 B04-40.MP3
南音 N04-40.MP3

4. Pho la môt mon ăn truyên thông cua Viêt Nam, cung co thê xem la môt trong nhưng mon ăn tiêu biêu cho âm thưc Viêt Nam. Thanh phân chinh cua pho la banh pho va <u>nươc dung</u> (南 <u>nươc leo</u>), cung vơi thit bo hoăc ga căt lat mong. Pho thông thương dung lam mon ăn buôi sang hoăc ăn đêm, nhưng ơ cac thanh phô lơn mon ăn nay đươc thương thưc trong ca ngay. Hiên nay, pho đa trơ nên nôi tiêng trên toan thê giơi. Ơ Đai Loan, Han Quôc hay ơ My co thê dê dang tim đươc môt quan pho Viêt Nam.

　　河粉是一道越南的傳統料理，也可以說是具有代表性的越南料理之一。河粉主要的食材有粉條、高湯，還有薄切牛肉或雞肉片。河粉通常是作為早餐或消夜的食物，但在一些大城市裡，這道菜全天都吃得到。現今河粉已舉世聞名。在台灣、韓國及美國都很容易找到賣河粉的餐廳。

> 💡 **解答**
>
> 聽Mp3，標上下方短文中每個字的發音符號。
>
> 1. Áo dài là trang phục truyền thống của Việt Nam. Ở Việt Nam, đi đến đâu chúng ta cũng có thể bắt gặp hình ảnh thiếu nữ Việt thướt tha trong tà áo dài, nhất là tại các trường học, nơi mà cô và trò đều thường xuyên mặc áo dài. Áo dài thường được mặc vào các dịp lễ hội, trình diễn; hoặc tại những môi trường đòi hỏi sự trang trọng, lịch sự, hoặc là đồng phục nữ sinh tại một số trường trung học hay đại học.
>
> 2. Bánh chưng là một loại bánh truyền thống của dân tộc Việt, nhằm thể hiện lòng biết ơn của con cháu đối với cha ông và đất trời xứ sở. Nguyên liệu làm bánh chưng gồm gạo nếp, đậu xanh, <u>thịt lợn</u> (南 <u>thịt heo</u>), lá dong. Bánh thường được làm vào các dịp Tết cổ truyền của dân tộc Việt, cũng như ngày giỗ tổ Hùng Vương (mùng 10 tháng 3 âm lịch).
>
> 3. Xe ôm là một dịch vụ vận tải chuyên chở người và hàng hóa bằng hình thức xe gắn máy. Người chạy xe ôm sẽ nhận tiền thù lao theo thỏa thuận hoặc theo chiều dài đoạn đường chở đi. Xe ôm là một trong những hình thức chuyên chở khá phổ biến ở Việt Nam. Nghề lái xe ôm được khá nhiều người đàn ông chọn để mưu sinh.
>
> 4. Phở là một món ăn truyền thống của Việt Nam, cũng có thể xem là một trong những món ăn tiêu biểu cho ẩm thực Việt Nam. Thành phần chính của phở là bánh phở và <u>nước dùng</u> (南 <u>nước lèo</u>), cùng với thịt bò hoặc gà cắt lát mỏng. Phở thông thường dùng làm món ăn buổi sáng hoặc ăn đêm, nhưng ở các thành phố lớn món ăn này được thưởng thức trong cả ngày. Hiện nay, phở đã trở nên nổi tiếng trên toàn thế giới. Ở Đài Loan, Hàn Quốc hay ở Mỹ có thể dễ dàng tìm được một quán phở Việt Nam.

越南語發音總練習

一、單字記憶大考驗

中文意思	填寫底線裡的音	重聽並再練寫一次
(1) 走路	đ___ bộ	_____
(2) 工程師	k___ sư	_____
(3) 耳朵	c___ t___	_____
(4) 飛機	m___ b___	_____
(5) 頭	cái đ___	_____
(6) 染髮	nh___ tóc	_____
(7) 桌子	cái b___	_____
(8) 護士	___ tá	_____
(9) 口紅	s___ môi	_____
(10) 台灣	Đài L___	_____
(11) 陣雨	c___ mưa	_____
(12) 電話	đ___ thoại	_____
(13) 春天	mùa x___	_____
(14) 排球	bóng ch___	_____
(15) 刀子	con d___	_____
(16) 教室	___ớp học	_____
(17) 鈴鐺	cái ___uông	_____
(18) 水井	___ếng nước	_____

142

Part IV 聲調

中文意思	填寫底線裡的音	重聽並再練寫一次
(19) 聽說	___e nói	_____
(20) 秋天	mùa ___u	_____
(21) 醫生	b___ sĩ	_____
(22) 顏色	màu s___	_____
(23) 祝福	ch___ ph___	_____
(24) 外套	áo kh___	_____
(25) 香菸	th___ lá	_____
(26) 工作	làm v___	_____
(27) 唱歌	ca h___	_____
(28) 孝順	hiếu th___	_____
(29) 沙灘	bãi c___	_____
(30) 洗臉	rửa m___	_____
(31) 疲累	m___ mỏi	_____
(32) 糕點	bánh ng___	_____
(33) 土地	đ___ đai	_____
(34) 麵粉	b___ mì	_____
(35) 發燒	cơn s___	_____
(36) 寫字	v___ chữ	_____
(37) 丟垃圾	v___ rác	_____
(38) 衝浪	l___ ván	_____

143

中文意思	填寫底線裡的音	重聽並再練寫一次
(39) 小丑	chú h___	_____
(40) 再見	tạm b___	_____
(41) 安全門	lối th___ hiểm	_____
(42) 森林	r___	_____
(43) 高麗菜	b___ cải	_____
(44) 呼吸	h___ thở	_____
(45) 近視	c___ thị	_____
(46) 浴巾	kh___ tắm	_____
(47) 檢查	k___ tra	_____
(48) 食品	thực ph___	_____
(49) 山羌	con h___	_____
(50) 喝酒	___ rượu	_____
(51) 學校	tr___ học	_____
(52) 味噌湯	canh t___	_____
(53) 鼻竇炎	bệnh x___	_____
(54) 山谷	th___ l___	_____
(55) 責罵	q___ trách	_____
(56) 墨鏡	k___ râm	_____
(57) 白色	màu tr___	_____
(58) 航空	h___ không	_____

Part IV 聲調

中文意思	填寫底線裡的音	重聽並再練寫一次
(59) 經營	kinh d____	_____
(60) 電腦	máy vi t____	_____
(61) 醫院	b____ viện	_____
(62) 蜘蛛	con nh____	_____
(63) 英文	tiếng ____	_____
(64) 乾淨	s____ sẽ	_____
(65) 強盜	kẻ c____	_____
(66) 喜帖	th____ cưới	_____
(67) 合作	h____ tác	_____
(68) 學習	học t____	_____
(69) 排隊	x____ hàng	_____
(70) 腳踏車	xe đ____	_____
(71) 閱兵	d____ binh	_____
(72) 發財	ph____ tài	_____
(73) 冰雪	băng t____	_____
(74) 盲腸炎	r____ thừa	_____
(75) 出口	x____ khẩu	_____
(76) 法律	l____ pháp	_____
(77) 洋娃娃	b____ bê	_____
(78) 龍捲風	gió x____	_____

二、單字分類練習

生物 I　請依圖示判斷，將正確的越文寫法圈選出來：

(1) 
(A) con cấ
(B) con cá

(2) 
(A) khỉ
(B) khị

(3) 
(A) con ngụng
(B) con ngựa

(4) 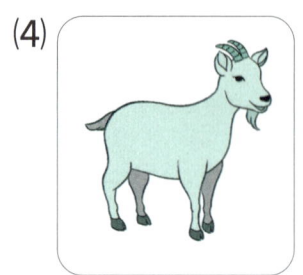
(A) con dê
(B) con đê

(5) 
(A) sư tự
(B) sư tử

(6) 
(A) chin chóc
(B) chim chóc

(7) 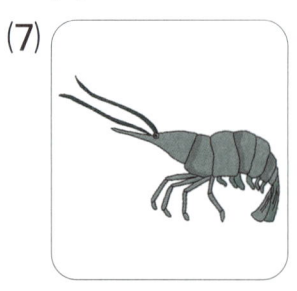
(A) con tôm
(B) 北 tôm tít
　　南 bề bề

(8) 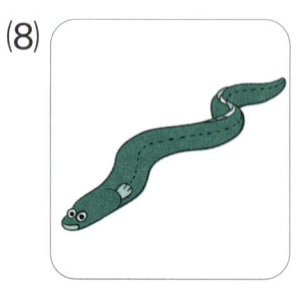
(A) con lươn
(B) con lương

(9) 
(A) con cóc
(B) con ếch

(10) 
(A) con lạc đà
(B) con lạc đả

(11) 
(A) con rắn
(B) con rết

(12) 
(A) giun
(B) giùn

146

生物 II 請依圖示判斷，將正確的越文寫法圈選出來：

(1) 
(A) con bò
(B) con bồ

(2) 
(A) con mèo
(B) con chó

(3) 
(A) cá xấu
(B) cá sấu

(4) 
(A) con bạch tuộc
(B) con mực

(5)  
(A) con hoẵng
(B) con khoẵng

(6) 
(A) con trâu
(B) con trêu

(7) 
(A) con yêm
(B) con yến

(8)  
(A) con sóc
(B) con sốc

(9) 
(A) con cõ
(B) con cò

(10) 
(A) con chuột
(B) con chuật

(11) 
(A) con hươn
(B) con hươu

(12) 
(A) con cua
(B) con ốc

蔬果與植物 I 請依圖示判斷，將正確的越文寫法圈選出來：

(1) 
(A) 北 quả đê
    南 trái đê
(B) 北 quả lê
    南 trái lê

(2) 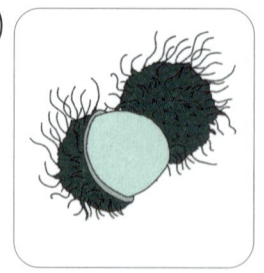
(A) chôm chôm
(B) 北 hồng xiêm
    南 sapoche

(3) 
(A) 北 quả quỳt
    南 trái quỳt
(B) 北 quả quýt
    南 trái quýt

(4) 
(A) 北 quả chuột
    南 trái chuột
(B) 北 quả chuối
    南 trái chuối

(5) 
(A) dưa hấu
(B) giưa hấu

(6) 
(A) đu đủ
(B) đủ đủ

(7) 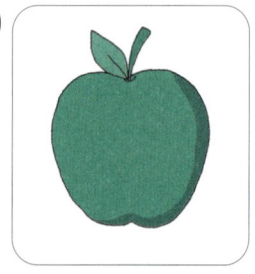
(A) 北 quả đào
    南 trái đào
(B) 北 quả táo
    南 trái táo

(8) 
(A) 北 quả ổi
    南 trái ổi
(B) 北 quả ơi
    南 trái ơi

(9) 
(A) 北 quả ớt
    南 trái ớt
(B) 北 ngô
    南 bắp

Part IV 聲調

蔬果與植物 II 請依圖示判斷，將正確的越文寫法圈選出來：

(1) 
(A) cầy
(B) cây

(2) 
(A) 北 hoa huê
　　南 bông huê
(B) 北 hoa bách hợp
　　南 bông bách hợp

(3) 
(A) 北 hoa cục
　　南 bông cục
(B) 北 hoa cúc
　　南 bông cúc

(4) 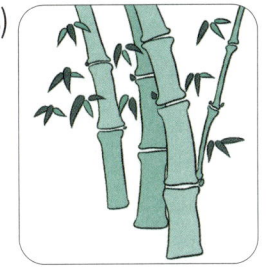
(A) cây tre
(B) cầy trẻ

(5) 
(A) 北 hoa hồng
　　南 bông hồng
(B) 北 hoa thủy tiên
　　南 bông thủy tiên

(6) 
(A) rau mướng
(B) rau muống

(7) 
(A) 北 hoa quỳnh
　　南 bông quỳnh
(B) 北 hoa quýnh
　　南 bông quýnh

(8) 
(A) cà tím
(B) khoai tây

(9) 
(A) 北 bí ngô
　　南 bí đỏ
(B) 北 bì ngô
　　南 bì đỏ

149

越南特色 請依圖示判斷，將正確的越文寫法圈選出來：

(1) 
(A) ảo dài
(B) áo dài

(2) 
(A) báng chưng
(B) bánh chưng

(3) 
(A) Hồ Hoàn Kiếm
(B) Vịnh Hạ Long

(4) 
(A) mì gà
(B) phở gà

(5) 
(A) xích-lô
(B) xách-đo

(6) 
(A) 北 quả gác
　　南 trái gác
(B) 北 quả gấc
　　南 trái gấc

(7) 
(A) dấu vạt
(B) đấu vật

(8) 
(A) 北 búm chả
　　南 búm thịt nướng
(B) 北 bún chả
　　南 bún thịt nướng

(9) 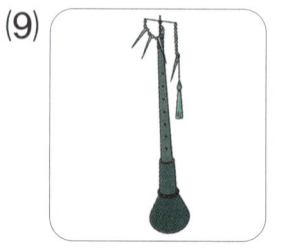
(A) kèn bầu
(B) kền bầu

(10) 
(A) rau ngót
(B) rau nhót

(11) 
(A) 北 quả me
　　南 trái me
(B) 北 quả mê
　　南 trái mê

(12) 
(A) Huế
(B) Hội An

150

解答

一 單字記憶大考驗

1. đi bộ	2. kỹ sư	3. cái tai	4. máy bay	5. cái đầu
6. nhuộm tóc	7. cái bàn	8. y tá	9. son môi	10. Đài Loan
11. cơn mưa	12. điện thoại	13. mùa xuân	14. bóng chuyền	15. con dao
16. lớp học	17. cái chuông	18. giếng nước	19. nghe nói	20. mùa thu
21. bác sĩ	22. màu sắc	23. chúc phúc	24. áo khoác	25. thuốc lá
26. làm việc	27. ca hát	28. hiếu thuận	29. bãi cát	30. rửa mặt
31. mệt mỏi	32. bánh ngọt	33. đất đai	34. bột mì	35. cơn sốt
36. viết chữ	37. vứt rác	38. lướt sóng	39. chú hề	40. tạm biệt
41. lối thoát hiểm	42. rừng	43. bắp cải	44. hít thở	45. cận thị
46. khăn tắm	47. kiểm tra	48. thực phẩm	49. con hoẵng	50. uống rượu
51. trường học	52. canh tương	53. bệnh xoang	54. thung lũng	55. quở trách
56. kính râm	57. màu trắng	58. hàng không	59. kinh doanh	60. máy vi tính
61. bệnh viện	62. con nhện	63. tiếng Anh	64. sạch sẽ	65. kẻ cướp
66. thiệp cưới	67. hợp tác	68. học tập	69. xếp hàng	70. xe đạp
71. duyệt binh	72. phát tài	73. băng tuyết	74. ruột thừa	75. xuất khẩu
76. luật pháp	77. búp bê	78. gió xoáy		

二 單字分類練習

Ⓐ (1) B (2) A (3) B (4) A (5) B (6) B (7) A (8) A (9) B (10) A (11) A (12) A
Ⓑ (1) A (2) A (3) A (4) B (5) A (6) A (7) B (8) A (9) B (10) A (11) B (12) A
Ⓒ (1) B (2) A (3) B (4) B (5) B (6) A (7) B (8) A (9) A
Ⓓ (1) B (2) A (3) A (4) A (5) A (6) A (7) B (8) B
Ⓔ (1) B (2) B (3) A (4) A (5) A (6) B (7) B (8) B (9) A (10) A (11) A (12) B

三 單字補給站（「單字分類練習」中藏著一些你還沒學過的單字，快來學習吧！）

生物 I (7) tôm tít (南 bề bề) 蝦蛄 (9) con cóc 蟾蜍 (11) con rết 蜈蚣

生物 II (2) con chó 狗 (4) con mực 小捲 (12) con cua 螃蟹

蔬果與植物 I (2) hồng xiêm (南 sapoche) 仁心果 (7) quả đào (南 trái đào) 桃子、水蜜桃
(9) ngô (南 bắp) 玉米

蔬果與植物 II (2) hoa bách hợp (南 bông bách hợp) 百合花 (5) hoa thủy tiên
(南 bông thủy tiên) 水仙花 (8) cà tím 茄子

越南特色 (3) Vịnh Hạ Long 下龍灣 (4) phở gà 雞肉河粉 (12) Huế（地名）順化

第 1 課
Cách chào hỏi

基本問候

B05-01.MP3 北音　N05-01.MP3 南音

一 正宗的越南語打招呼方式

Chào ＋稱呼詞

比如：Chào anh!　　　哥哥好！
　　　Chào chị!　　　姊姊好！
　　　Chào cô!　　　姑姑好！、老師好！
　　　Em chào cô ạ!　老師好！

Notes 當一句話有完整的「主詞＋動詞＋受詞＋ạ」代表最為禮貌的句子。（ạ 為北音的禮貌表現）

或是：

Chào ＋對方名字

比如：Chào Hằng!　　　　阿姮好！
　　　Chào chị Caroline!　卡洛琳姊姊好！
　　　Em chào anh Việt!　越哥哥好！

Notes 另外可以用 "xin chào" 或 "xin kính chào"。用在正式場合或非常禮貌的情況之下。

在越南也有早安、午安、晚安這些詞彙，但通常只會在新聞播放時會聽到而已。除此外都會用 Chào 來打招呼。所以 Chào 在任何時間都可以用。

Chào buổi sáng!　早安

Chào buổi trưa!　（中午）午安

Chào buổi chiều!　（下午）午安

Chào buổi tối!　晚安

Chúc ngủ ngon!　晚安（祝美夢）

以上各時段也可以只說

Chào

152

Chào 或 tạm biệt 都是「再見」的意思。

例如：

A: Chào mọi người em phải về rồi.

B: Tạm biệt A. Hẹn gặp lại nhé!

A: 大家再見，我要回去了。
B: A再見，再約喔！

二 越南語打招呼示範

北音 B05-02.MP3　南音 N05-02.MP3

Thầy giáo và học sinh 男老師與學生

Thầy giáo : Chào các em. Các em khỏe không?

Học sinh : Cảm ơn thầy, chúng em khỏe.
　　　　　Thầy có khỏe không ạ?

Thầy giáo: Thầy khỏe. Cám ơn các em.

老師：大家好！大家好嗎？
學生：謝謝老師，我們好。老師好嗎？
老師：我好。謝謝大家。

Giới thiệu bạn 介紹朋友

Huyên: Chào anh.

Khải: Chào em. Giới thiệu với em:
　　　Đây là anh Nam. Anh ấy là bạn thân của anh.

Huyên: Chào anh Nam. Rất vui được gặp anh.

Nam: Chào em.
　　　Anh cũng rất vui được làm quen với em.

萱：哥哥好！
凱：妳好！跟妳介紹一下，這位是阿南哥，他是我的好朋友。
萱：阿南哥好！很高興見到你。
南：妳好！我也很高興可以認識妳。

第 2 課
Chữ số

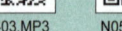

數字

0 không, lẻ (linh)	1 một	2 hai	3 ba
4 bốn, tư	5 năm	6 sáu	7 bảy
8 tám	9 chín	10 mười	11 mười một
12 mười hai	13 mười ba	15 mười lăm (nhăm)	20 hai mươi
21 hai mươi mốt (hai mốt)	90 chín mươi	100 một trăm	101 một trăm linh một / một trăm lẻ một

Notes　Lẻ (linh) 只會應用在十位數已上。

Notes　Tư, bốn：都是指「4」，但有些情況之下有的只能用 tư，有些情況只能用 bốn。
例如：Tư：Thứ tư (星期三)
　　　　Bốn：Số bốn (數字四), mười bốn (十四)

Notes　Năm 在「十」後面都念成："lăm" 或 "nhăm"，例如：「15」唸成 "mười lăm (nhăm)"。
"mười" 在其他數字後都唸 "mươi"，例如：「20」唸成 "hai mươi"、「30」唸成 "ba mươi"。
"một" 在 "mươi" 後都唸 "mốt"，例如：「21」唸成 "hai mươi mốt"、「31」唸成 "ba mươi mốt"。

一　會話練習

句型 1：

A: Xin hỏi, chị bao nhiêu tuổi rồi?

B: Tôi hai mươi lăm tuổi.

A：請問妳幾歲了？
B：我25歲。

Chị bao nhiêu tuổi rồi?

句型 2：

A: Tất cả có mấy cái kẹo?

B: Có hai cái.

A：總共有幾個糖果？
B：有兩個。

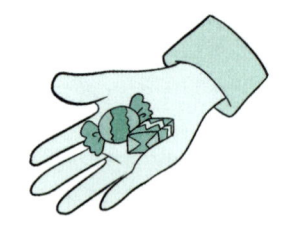

154

Part V 基礎應用

　　Bao nhiêu 是「多少」的意思，mấy 則是「幾」的意思。在越南，若是詢問 10 歲以下的兒童時可以用 mấy，但通常詢問 11 歲以上的兒童至成人時一定要用 bao nhiêu。Bao nhiêu 的應用度很廣，可用於詢問價錢或是年齡。

句型 3

A: Xin hỏi, nhà em có mấy người?
B: Nhà của em có năm người.

A：請問你家有幾個人？
B：我的家有5個人。

> Nhà em có mấy người?

北音 B05-05.MP3
南音 N05-05.MP3

二　單字補給站

數字及金錢的計算 (Cách đếm số và giá tiền)

若是金錢的話，數字後面要加：đồng 盾

100:	một trăm	2000:	hai nghìn (ngàn)
101:	một trăm lẻ (linh) một, một lẻ (linh) một	3000:	ba nghìn (ngàn)
200:	hai trăm	4000:	bốn nghìn (ngàn)
300:	ba trăm	5000:	năm nghìn (ngàn)
400:	bốn trăm	6000:	sáu nghìn (ngàn)
500:	năm trăm	7000:	bảy nghìn (ngàn)
600:	sáu trăm	8000:	tám nghìn (ngàn)
700:	bảy trăm	9000:	chín nghìn (ngàn)
800:	tám trăm	10000:	mười nghìn (ngàn)
900:	chín trăm	10萬：	một trăm nghìn (ngàn)
1000:	một nghìn (ngàn)	100萬：	một triệu
1001:	một nghìn không trăm lẻ (linh) một	1000萬：	mười triệu

Notes　表達十位數的「零」時用「lẻ」或「linh」，百位數時則使用「không」。

人數的計算 (Cách đếm số người)

幾個人	Bao nhiêu người (mấy người)	7 個人	bảy người
1 個人	một người	8 個人	tám người
2 個人	hai người	9 個人	chín người
3 個人	ba người	10 個人	mười người
4 個人	bốn người	14 個人	mười bốn người
5 個人	năm người	15 個人	mười lăm (nhăm) người
6 個人	sáu người	20 個人	hai mươi người

155

第 3 課
Cơ thể của tôi   我的身體

一 身體 (cơ thể)

① đầu 頭
② tóc 頭髮
③ trán 額頭
④ mắt 眼睛
⑤ mũi 鼻子
⑥ má 臉頰
⑦ miệng 嘴巴
⑧ răng 牙齒
⑨ cằm 下巴
⑩ tai 耳朵
⑪ cổ 脖子
⑫ họng 喉嚨
⑬ vai 肩膀
⑭ bắp tay 手臂
⑮ tay 手
⑯ ngực 胸
⑰ bụng 肚子
⑱ đầu gối 膝蓋
⑲ chân 腳

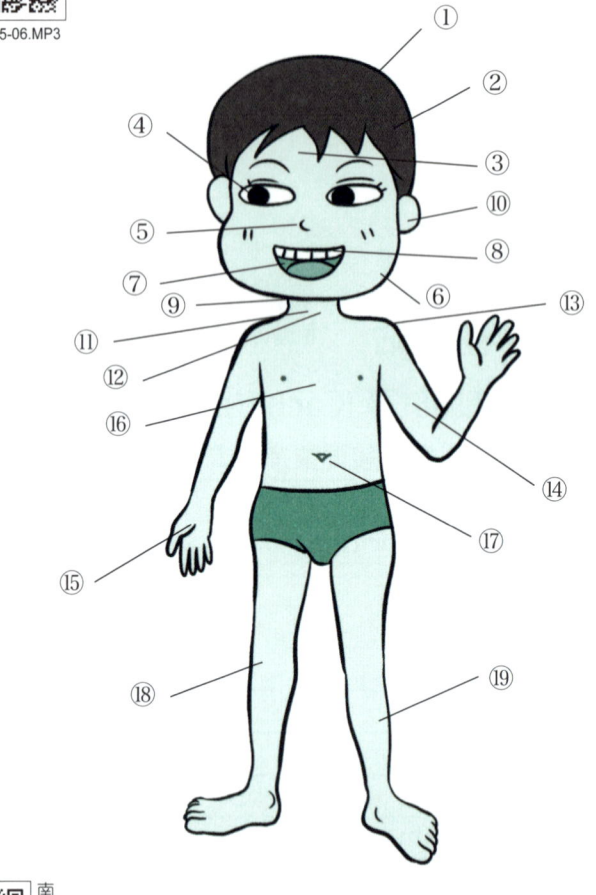

二 眼睛 (mắt)

① lông mày 眉毛
② mí mắt 眼瞼
③ lông mi 睫毛
④ con ngươi 瞳孔

三 口 (miệng)

① môi 嘴唇
② răng 牙齒
③ lưỡi 舌頭

156

Part V 基礎應用

四 背 (lưng)

① gáy　頸背
② lưng　背
③ eo　腰
④ khuỷu tay　手肘
⑤ mông　屁股
⑥ gót chân　足跟
⑦ ngón chân　腳趾

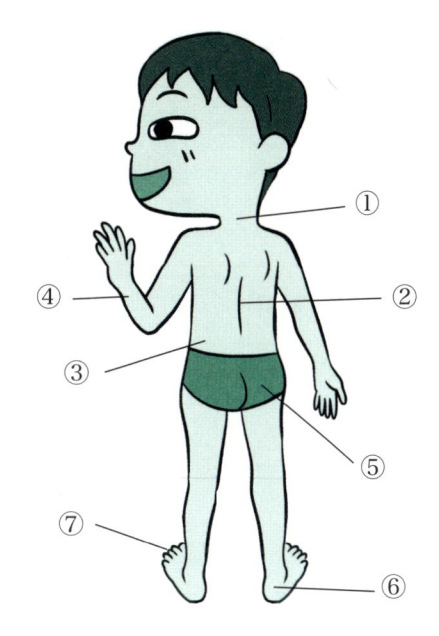

五 手指 (ngón tay)

① ngón cái　大拇指
② ngón trỏ　食指
③ ngón giữa　中指
④ ngón áp út　無名指
⑤ ngón út　小指
⑥ móng tay　指甲

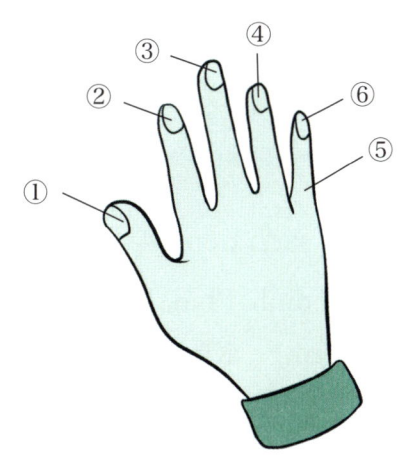

六 腳 (chân)

① ngón chân　腳趾
② mu bàn chân　足背
③ lòng bàn chân　腳底
④ gót chân　足跟
⑤ đầu ngón chân　腳尖

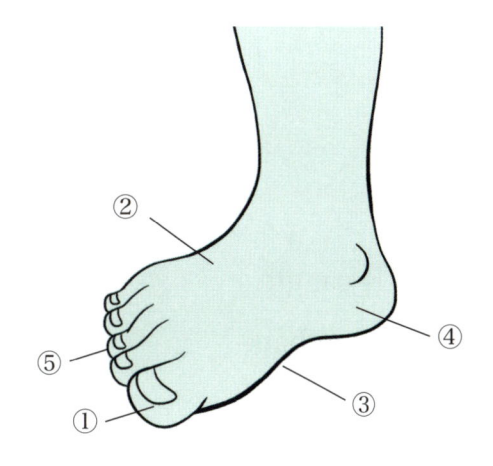

157

第 4 課
Đây là cái gì?

這是什麼?

一 會話練習

北音 B05-12.MP3　南音 N05-12.MP3

句型一

A: Đây là cái gì?

B: Đây là quyển sách.

A: 這是什麼？
B: 這是書。

句型二

A: Đây là sách tiếng Anh phải không?

B: (Khẳng định) Phải. Đây là sách tiếng Anh.
　　(Phủ định)　 Không phải. Đây không phải là sách tiếng Anh.
　　　　　　　 Đây là sách tiếng Việt.

A: 這是英文書嗎？
B: (肯定) 是的，這是英文書。
　 (否定) 不是，這不是英文書。這是越文書。

句型三

A: Kia là cái gì?

B: Kia là cái bàn.

A: 那是什麼？
B: 那是桌子。

158

句型四

A: Đây là cái bút (南 cây viết) phải không?

B: (Khẳng định)　　Phải. Đây là cái bút (南 cây viết).

　(Phủ định)　　　Không phải. Đây không phải là cái bút (南 cây viết).

A: 這是筆嗎？
B: (肯定) 是的，這是筆。
　 (否定) 不是，這不是筆。

句型五

A: Đây là bút chì (南 viết chì) hay là bút bi (南 viết bi)?

B: Đây là bút bi (南 viết bi).

A: 這是鉛筆還是原子筆？
B: 這是原子筆。

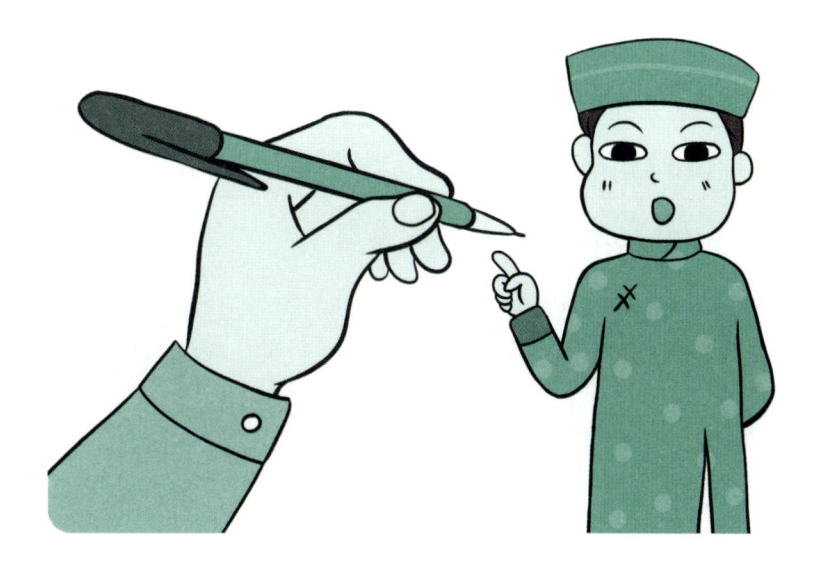

第 5 課
Động từ cơ bản và tính từ cơ bản
越南語動詞與形容詞的念法

一 動詞 (Động từ)

北音 B05-13.MP3　南音 N05-13.MP3

1.	đạp xe	騎腳踏車	21.	nghe nhạc	聽音樂
2.	đánh nhau	打架	22.	cắt giấy	剪紙
3.	chụp ảnh (南 chụp hình)	拍照	23.	kể chuyện	說故事
4.	bàn luận	談論	24.	dạy học	教學
5.	diễn thuyết	演講、演說	25.	đi bộ	走路
6.	rửa bát (南 rửa chén)	洗碗	26.	giặt đồ	洗東西
7.	đứng	站	27.	vẽ tranh	畫畫
8.	nằm	躺	28.	tính toán	計算
9.	ngồi	坐	29.	tắm rửa	洗澡
10.	ăn cơm	吃飯	30.	đọc sách	讀書、看書
11.	đi	走、去	31.	viết chữ	寫字
12.	ngủ	睡覺	32.	trang điểm	化妝
13.	tham quan	參觀	33.	cắm hoa (南 cắm bông)	插花
14.	mặc quần áo (南 mặc đồ)	穿衣服	34.	leo núi	爬山
15.	bơi lội	游泳	35.	rửa mặt	洗臉
16.	lướt sóng	衝浪	36.	đánh máy vi tính	打電腦
17.	chèo thuyền	划船	37.	quét nhà	打掃
18.	ca hát	唱歌	38.	nấu cơm	煮飯
19.	nhảy múa	跳舞	39.	nhảy dây	跳繩
20.	câu cá	釣魚	40.	đá bóng (南 đá banh)	踢足球

二 形容詞 (Tính từ)

1.	nhiệt tình	熱情		21.	hạnh phúc	幸福
2.	gần gũi	親切		22.	thất vọng	失望
3.	nhỏ	小		23.	buồn bã	難過
4.	im lặng	安靜		24.	mệt mỏi	疲累
5.	đa dạng	多樣		25.	lạnh	冷
6.	đáng yêu	可愛		26.	ấm áp	溫暖
7.	dịu dàng	溫柔、輕柔		27.	cay	辣
8.	kiên trì	堅持		28.	mặn	鹹
9.	cao	高		29.	trẻ	年輕
10.	thấp	矮		30.	già nua	老邁
11.	béo (南 mập)	胖		31.	khỏe mạnh	健康
12.	gầy (南 ốm)	瘦		32.	đậm đà	濃厚
13.	nhẹ	輕		33.	nhạt	淡
14.	ghét	討厭		34.	ngon	好吃
15.	thanh thoát	秀氣		35.	ngu dốt	愚笨
16.	xinh đẹp	漂亮		36.	thông minh	聰明
17.	xấu xí	醜		37.	nhanh	快
18.	kiên cường	堅強		38.	chậm	慢
19.	đẹp trai	帥		39.	trang nhã	典雅
20.	vui vẻ	開心		40.	gọn gàng	整齊

發音辭典

越南地廣，各地都有不同的音系。為了配合不同的需求，故本發音辭典裡盡可能地收錄了大量越南語中具有字義的字、疊聲字、方言，甚至是古音的罕用發音。當你有不知道該怎麼唸的音時，可在此找查，並配合MP3學習。因檔案眾多，無法一一以QR碼連結，請掃描「發音辭典」QR碼下載壓縮音檔後收聽。

發音辭典下載音檔

A, a

a — BZ0001 / NZ0001
a
á
à
ả
ã
ạ

ai — BZ0002 / NZ0002
ai
ái
ài
ải
ãi
ại

ao — BZ0003 / NZ0003
ao
áo
ào
ảo
ão
ạo

au — BZ0004 / NZ0004
au
áu
àu
ảu
ãu
ạu

ay — BZ0005 / NZ0005
ay
áy
ày
ảy
ãy
ạy

ac — BZ0006 / NZ0006
ác
ạc

am — BZ0007 / NZ0007
am
ám
àm
ảm
ãm
ạm

an — BZ0008 / NZ0008
an
án
àn
ản
ãn
ạn

ap — BZ0009 / NZ0009
áp
ạp

at — BZ0010 / NZ0010
át
ạt

ach — BZ0011 / NZ0011
ách
ạch

ang — BZ0012 / NZ0012
ang
áng
àng
ảng
ãng
ạng

anh — BZ0013 / NZ0013
anh
ánh
ành
ảnh
ãnh
ạnh

Ă, ă

ăc — BZ0014 / NZ0014
ắc
ặc

ăm — BZ0015 / NZ0015
ăm
ắm
ằm
ẳm
ẵm
ặm

ăn — BZ0016 / NZ0016
ăn
ắn
ằn
ẳn
ẵn
ặn

ăp — BZ0017 / NZ0017
ắp
ặp

ăt — BZ0018 / NZ0018
ắt
ặt

ăng — BZ0019 / NZ0019
ăng
ắng
ằng
ẳng
ẵng
ặng

Â, â

âu — BZ0020 / NZ0020
âu
ấu
ầu
ẩu
ẫu
ậu

ây
ây
ấy
ầy
ẩy
ẫy
ậy

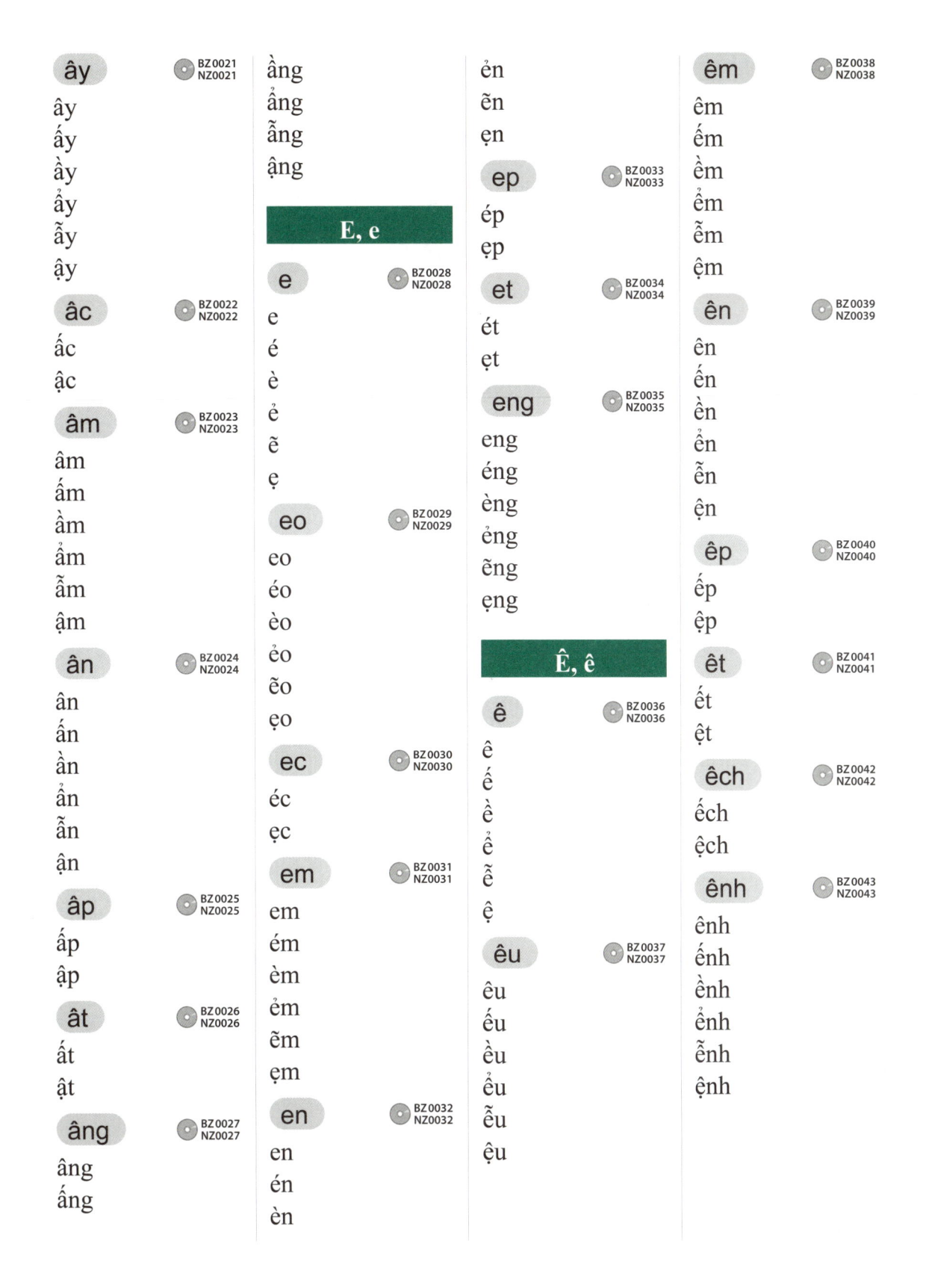

âc
ấc
ậc

âm
âm
ấm
ầm
ẩm
ẫm
ậm

ân
ân
ấn
ần
ẩn
ẫn
ận

âp
ấp
ập

ât
ất
ật

âng
âng
ấng

ằng
ẳng
ẵng
ặng

E, e

e
e
é
è
ẻ
ẽ
ẹ

eo
eo
éo
èo
ẻo
ẽo
ẹo

ec
éc
ẹc

em
em
ém
èm
ẻm
ẽm
ẹm

en
en
én
èn
ẻn
ẽn
ẹn

ep
ép
ẹp

et
ét
ẹt

eng
eng
éng
èng
ẻng
ẽng
ẹng

Ê, ê

ê
ê
ế
ề
ể
ễ
ệ

êu
êu
ếu
ều
ểu
ễu
ệu

êm
êm
ếm
ềm
ểm
ễm
ệm

ên
ên
ến
ền
ển
ễn
ện

êp
ếp
ệp

êt
ết
ệt

êch
ếch
ệch

ênh
ênh
ếnh
ềnh
ểnh
ễnh
ệnh

I, i

i — BZ0044 / NZ0044
i
í
ì
ỉ
ĩ
ị

ia — BZ0045 / NZ0045
ia
ía
ìa
ỉa
ĩa
ịa

iu — BZ0046 / NZ0046
iu
íu
ìu
ỉu
ĩu
ịu

iêu — BZ0047 / NZ0047
iêu
iếu
iều
iểu
iễu
iệu

im — BZ0048 / NZ0048
im
ím
ìm
ỉm
ĩm
ịm

in — BZ0049 / NZ0049
in
ín
ìn
ỉn
ĩn
ịn

ip — BZ0050 / NZ0050
íp
ịp

it — BZ0051 / NZ0051
ít
ịt

ich — BZ0052 / NZ0052
ích
ịch

inh — BZ0053 / NZ0053
inh
ính
ình
ỉnh
ĩnh
ịnh

iêm — BZ0054 / NZ0054
iêm
iếm
iềm
iểm
iễm
iệm

iên — BZ0055 / NZ0055
iên
iến
iền
iển
iễn
iện

iêng — BZ0056 / NZ0056
iêng
iếng
iềng
iểng
iễng
iệng

iêt — BZ0057 / NZ0057
iết
iệt

O, o

o — BZ0058 / NZ0058
o
ó
ò
ỏ
õ
ọ

oa — BZ0059 / NZ0059
oa
óa
òa
ỏa
õa
ọa

oe — BZ0060 / NZ0060
oe
óe
òe
ỏe
õe
ọe

oi — BZ0061 / NZ0061
oi
ói
òi
ỏi
õi
ọi

oai — BZ0062 / NZ0062
oai
oái
oài
oải
oãi
oại

oay — BZ0063 / NZ0063
oay
oáy
oày
oảy
oãy
oạy

oeo — BZ0064 / NZ0064
oeo
oéo
oèo
oẻo
oẽo

oẹo

oc BZ0065 NZ0065

óc
ọc

om BZ0066 NZ0066

om
óm
òm
ỏm
õm
ọm

on BZ0067 NZ0067

on
ón
òn
ỏn
õn
ọn

op BZ0068 NZ0068

óp
ọp

ot BZ0069 NZ0069

ót
ọt

ong BZ0070 NZ0070

ong
óng
òng
ỏng
õng
ọng

oac BZ0071 NZ0071

oác

oạc

oam BZ0072 NZ0072

oam
oám
oàm
oảm
oãm
oạm

oan BZ0073 NZ0073

oan
oán
oàn
oản
oãn
oạn

oat BZ0074 NZ0074

oát
oạt

oach BZ0075 NZ0075

oách
oạch

oang BZ0076 NZ0076

oang
oáng
oàng
oảng
oãng
oạng

oanh BZ0077 NZ0077

oanh
oánh
oành
oảnh
oãnh

oạnh

Ô, ô

ô BZ0078 NZ0078

ô
ố
ồ
ổ
ỗ
ộ

ôi BZ0079 NZ0079

ôi
ối
ồi
ổi
ỗi
ội

ôc BZ0080 NZ0080

ốc
ộc

ôm BZ0081 NZ0081

ôm
ốm
ồm
ổm
ỗm
ộm

ôn BZ0082 NZ0082

ôn
ốn
ồn
ổn
ỗn
ộn

ôp BZ0083 NZ0083

ốp
ộp

ôt BZ0084 NZ0084

ốt
ột

ông BZ0085 NZ0085

ông
ống
ồng
ổng
ỗng
ộng

Ơ, ơ

ơ BZ0086 NZ0086

ơ
ớ
ờ
ở
ỡ
ợ

ơi BZ0087 NZ0087

ơi
ới
ời
ởi
ỡi
ợi

ơm BZ0088 NZ0088

ơm
ớm
ờm
ởm

õm
ợm

ơn BZ0089 NZ0089
ơn
ớn
ờn
ởn
ỡn
ợn

ợp BZ0090 NZ0090
ớp
ợp

ợt BZ0091 NZ0091
ớt
ợt

U, u

u BZ0092 NZ0092
u
ú
ù
ủ
ũ
ụ

ua BZ0093 NZ0093
ua
úa
ùa
ủa
ũa
ụa

uê BZ0094 NZ0094
uê

uế
uề
uể
uễ
uệ

ui BZ0095 NZ0095
ui
úi
ùi
ủi
ũi
ụi

uy BZ0096 NZ0096
uy
úy
ùy
ủy
ũy
ụy

uây BZ0097 NZ0097
uây
uấy
uầy
uẩy
uẫy
uậy

uôi BZ0098 NZ0098
uôi
uối
uồi
uổi
uỗi
uội

uya BZ0099 NZ0099
uya
uýa
uỳa
uỷa
uỹa
uỵa

uc BZ0100 NZ0100
úc
ục

um BZ0101 NZ0101
um
úm
ùm
ủm
ũm
ụm

un BZ0102 NZ0102
un
ún
ùn
ủn
ũn
ụn

up BZ0103 NZ0103
úp
ụp

ut BZ0104 NZ0104
út
ụt

ung BZ0105 NZ0105
ung
úng
ùng
ủng
ũng
ụng

uôc BZ0106 NZ0106
uốc
uộc

uôm BZ0107 NZ0107
uôm
uốm
uồm
uổm
uỗm
uộm

uôn BZ0108 NZ0108
uôn
uốn
uồn
uổn
uỗn
uộn

uôt BZ0109 NZ0109
uốt
uột

uông BZ0110 NZ0110
uông
uống
uồng
uổng
uỗng
uộng

uyên BZ0111 NZ0111
uyên
uyến

166

uyền
uyển
uyễn
uyện

uyệt BZ0112 NZ0112

uyết
uyệt

Ư, ư

ư BZ0113 NZ0113

ư
ứ
ừ
ử
ữ
ự

ưa BZ0114 NZ0114

ưa
ứa
ừa
ửa
ữa
ựa

ưi BZ0115 NZ0115

ưi
ứi
ừi
ửi
ữi
ựi

ưu BZ0116 NZ0116

ưu
ứu
ừu

ửu
ữu
ựu

ươi BZ0117 NZ0117

ươi
ưới
ười
ưởi
ưỡi
ượi

ươu BZ0118 NZ0118

ươu
ướu
ườu
ưởu
ưỡu
ượu

ưc BZ0119 NZ0119

ức
ực

ưm BZ0120 NZ0120

ưm
ứm
ừm
ửm
ữm
ựm

ưn BZ0121 NZ0121

ưn
ứn
ừn
ửn
ữn
ựn

ưt BZ0122 NZ0122

ứt
ựt

ưng BZ0123 NZ0123

ưng
ứng
ừng
ửng
ững
ựng

ước BZ0124 NZ0124

ước
ược

ươm BZ0125 NZ0125

ươm
ướm
ườm
ưởm
ưỡm
ượm

ươn BZ0126 NZ0126

ươn
ướn
ườn
ưởn
ưỡn
ượn

ươp BZ0127 NZ0127

ướp
ượp

ươt BZ0128 NZ0128

ướt
ượt

ương BZ0129 NZ0129

ương
ướng
ường
ưởng
ưỡng
ượng

Y, y

y BZ0130 NZ0130

y
ý
ỳ
ỷ
ỹ
ỵ

yêu BZ0131 NZ0131

yêu
yếu
yều
yểu
yễu
yệu

yêm BZ0132 NZ0132

yêm
yếm
yềm
yểm
yễm
yệm

yên BZ0133 NZ0133

yên
yến
yền

yển
yễn
yện

yết BZ0134 / NZ0134
yết
yệt

B, b

ba BZ0135 / NZ0135
ba
bá
bà
bả
bã
bạ

bai BZ0136 / NZ0136
bái
bài
bải
bãi
bại

bao BZ0137 / NZ0137
bao
báo
bào
bảo
bão
bạo

bau BZ0138 / NZ0138
báu
bàu
bảu
bạu

bay BZ0139 / NZ0139
bay
bày
bảy
bãy

bac BZ0140 / NZ0140
bác
bạc

bam BZ0141 / NZ0141
bám

ban BZ0142 / NZ0142
ban
bán
bàn
bản
bạn

bat BZ0143 / NZ0143
bát
bạt

bach BZ0144 / NZ0144
bách
bạch

bang BZ0145 / NZ0145
bang
báng
bàng
bảng
bãng

banh BZ0146 / NZ0146
banh
bánh
bành
bảnh

bạnh

băc BZ0147 / NZ0147
bắc

băm BZ0148 / NZ0148
băm
bằm
bẵm
bặm

băn BZ0149 / NZ0149
băn
bắn
bằn
bẵn

băp BZ0150 / NZ0150
bắp

băt BZ0151 / NZ0151
bắt
bặt

băng BZ0152 / NZ0152
băng
bằng
bẵng

bâu BZ0153 / NZ0153
bâu
bấu
bầu
bẩu
bậu

bây BZ0154 / NZ0154
bây
bấy
bầy
bẩy

bẫy
bậy

bâc BZ0155 / NZ0155
bấc
bậc

bâm BZ0156 / NZ0156
bấm
bầm
bẩm

bân BZ0157 / NZ0157
bân
bấn
bần
bẩn
bận

bâp BZ0158 / NZ0158
bấp
bập

bât BZ0159 / NZ0159
bất
bật

bâng BZ0160 / NZ0160
bâng

be BZ0161 / NZ0161
be
bé
bè
bẻ
bẽ
bẹ

beo BZ0162 / NZ0162
beo
béo

bèo
bẻo
bọo

bec BZ0163 NZ0163
béc

bem BZ0164 NZ0164
bèm
bẽm

ben BZ0165 NZ0165
ben
bén
bèn
bẽn
bẹn

bep BZ0166 NZ0166
bép
bẹp

bet BZ0167 NZ0167
bét
bẹt

beng BZ0168 NZ0168
beng
bèng

bê BZ0169 NZ0169
bê
bế
bề
bể
bễ
bệ

bêu BZ0170 NZ0170
bêu
bệu

bên BZ0171 NZ0171
bên
bến
bền
bển
bện

bêp BZ0172 NZ0172
bếp

bêt BZ0173 NZ0173
bết
bệt

bêch BZ0174 NZ0174
bếch
bệch

bênh BZ0175 NZ0175
bênh
bệnh

bi BZ0176 NZ0176
bi
bí
bì
bỉ
bị

bia BZ0177 NZ0177
bia
bía
bìa
bịa

biu BZ0178 NZ0178
bìu
bỉu
bĩu

biêu BZ0179 NZ0179
biếu
biểu

bim BZ0180 NZ0180
bim
bím
bìm
bỉm

bin BZ0181 NZ0181
bin
bìn
bịn

bip BZ0182 NZ0182
bíp
bịp

bit BZ0183 NZ0183
bít
bịt

bich BZ0184 NZ0184
bích
bịch

binh BZ0185 NZ0185
binh
bính
bình
bỉnh
bĩnh
bịnh

biêm BZ0186 NZ0186
biếm

biên BZ0187 NZ0187
biên
biến
biền
biển
biện

biêng BZ0188 NZ0188
biêng
biếng
biểng

biêt BZ0189 NZ0189
biết
biệt

bo BZ0190 NZ0190
bo
bó
bò
bỏ
bõ
bọ

boi BZ0191 NZ0191
bói
bòi

boc BZ0192 NZ0192
bóc
bọc

bom BZ0193 NZ0193
bom
bỏm
bõm

bon BZ0194 NZ0194
bon
bón
bòn
bọn

bop
bóp
bọp

bot
bọt

bong
bong
bóng
bòng
bỏng
bõng
bọng

bô
bô
bố
bồ
bổ
bỗ
bộ

bôi
bôi
bối
bồi
bội

bôc
bốc
bộc

bôm
bồm
bổm

bôn
bôn
bốn

bồn
bổn
bộn

bôp
bốp
bộp

bôt
bốt
bột

bông
bông
bống
bồng
bổng
bỗng
bộng

bơ
bơ
bớ
bờ
bở
bỡ
bợ

bơi
bơi
bới
bời
bởi

bơm
bơm
bờm
bợm

bơn
bơn
bỡn

bơp
bớp
bợp

bơt
bớt
bợt

bu
bu
bú
bù
bủ
bụ

bua
bua
bùa
búa
bủa
bũa
bụa

bui
bùi
búi
bụi

buôi
buồi
buổi

buc
bục

bum
bum
bùm
bủm
bũm
bụm

bun
bun
bún
bùn
bủn

bup
búp
bụp

but
bút
bụt

bung
bung
búng
bùng
bủng
bụng

buôc
buộc

buôm
buồm

buôn
buôn
buồn

buông
buông

buồng

buôt BZ0226 NZ0226
buốt

bư BZ0227 NZ0227
bư
bứ
bừ
bự

bưa BZ0228 NZ0228
bừa
bữa
bựa

bưu BZ0229 NZ0229
bưu

bươi BZ0230 NZ0230
bươi
bưởi

bươu BZ0231 NZ0231
bươu
bướu

bức BZ0232 NZ0232
bức
bực

bưn BZ0233 NZ0233
bửn

bưt BZ0234 NZ0234
bứt

bưng BZ0235 NZ0235
bưng
bứng
bừng
bửng

bước BZ0236 NZ0236
bước

bươm BZ0237 NZ0237
bươm
bướm

bươn BZ0238 NZ0238
bươn

bương BZ0239 NZ0239
bương
bướng
bường
bưởng

C, c

ca BZ0240 NZ0240
ca
cá
cà
cả
cạ

cai BZ0241 NZ0241
cai
cái
cài
cải
cãi

cao BZ0242 NZ0242
cao
cáo
cào
cảo
cạo

cau BZ0243 NZ0243
cau
cáu
càu
cảu
cạu

cay BZ0244 NZ0244
cay
cáy
cày
cạy

cac BZ0245 NZ0245
các
cạc

cam BZ0246 NZ0246
cam
cám
cảm
cạm

can BZ0247 NZ0247
can
cán
càn
cản
cạn

cap BZ0248 NZ0248
cáp
cạp

cat BZ0249 NZ0249
cát
cạt

cach BZ0250 NZ0250
cách

cạch

cang BZ0251 NZ0251
cang
cáng
càng
cảng

canh BZ0252 NZ0252
canh
cánh
cành
cảnh
cạnh

căc BZ0253 NZ0253
cắc
cặc

căm BZ0254 NZ0254
căm
cắm
cầm
cẫm
cặm

căn BZ0255 NZ0255
căn
cắn
cằn
cẩn
cặn

căp BZ0256 NZ0256
cắp
cặp

căt BZ0257 NZ0257
cắt
cặt

越南語發音辭典 171

căng BZ0258 NZ0258
căng
cẳng
cẳng
cặng

câu BZ0259 NZ0259
câu
cấu
cầu
cẩu
cậu

cây BZ0260 NZ0260
cây
cấy
cầy
cậy

các BZ0261 NZ0261
các

câm BZ0262 NZ0262
câm
cấm
cầm
cẩm
cậm

cân BZ0263 NZ0263
cân
cấn
cần
cẩn
cẫn
cận

cấp BZ0264 NZ0264
cấp
cập

cât BZ0265 NZ0265
cất
cật

câng BZ0266 NZ0266
câng
cấng
cẳng
cẵng
cặng

co BZ0267 NZ0267
co
có
cò
cỏ
cọ

coi BZ0268 NZ0268
coi
cói
còi
cỏi
cõi
cọi

coc BZ0269 NZ0269
cóc
cọc

com BZ0270 NZ0270
com
còm
cỏm
cọm

con BZ0271 NZ0271
con
cón
còn
cỏn

cop BZ0272 NZ0272
cóp
cọp

cot BZ0273 NZ0273
cót
cọt

cong BZ0274 NZ0274
cong
cóng
còng
cõng
cọng

cô BZ0275 NZ0275
cô
cố
cồ
cổ
cỗ
cộ

côi BZ0276 NZ0276
côi
cối
cỗi
cội

côc BZ0277 NZ0277
cốc
cộc

côm BZ0278 NZ0278
côm
cốm
cồm
cỗm
cộm

côn BZ0279 NZ0279
côn
cốn
cồn
cổn

côp BZ0280 NZ0280
cốp
cộp

côt BZ0281 NZ0281
cốt
cột

công BZ0282 NZ0282
công
cống
cồng
cổng
cộng

cơ BZ0283 NZ0283
cơ
cớ
cở
cỡ

cơi BZ0284 NZ0284
cơi
cởi

cơm BZ0285 NZ0285
cơm
cớm
cỡm
cợm

cơn
cơn
cớn
còn
cởn
cỡn
cợn

cợt
cợt

cu
cu
cú
cù
củ
cũ
cụ

cua
cua
của

cui
cúi
cùi
củi
cũi
cụi

cuôi
cuối
cuội

cuc
cúc
cục

cum
cúm

củm
cụm

cun
cún
cùn
củn
cũn

cup
cúp
cụp

cut
cút
cụt

cung
cung
cúng
cùng
củng
cũng
cụng

cuôc
cuốc
cuộc

cuôm
cuỗm

cuông
cuồng
cuống
cuỗng
cuộng

cư
cư
cứ

cừ
cử
cữ
cự

cưa
cưa
cứa
cửa
cựa

cưu
cưu
cứu
cừu
cửu
cữu
cựu

cươi
cưới
cười
cưỡi

cưc
cức
cực

cưt
cứt

cưng
cưng
cứng

cươc
cước
cược

cươm
cườm

cươp
cướp

cương
cương
cướng
cường
cưỡng

CH, ch

cha
cha
chá
chà
chả
chã
chạ

chai
chai
chái
chài
chải
chãi

chao
chao
cháo
chào
chảo
chạo

chau
chau
cháu

chay
chay

cháy
chày
chảy
chạy

chac BZ0317 / NZ0317
chác
chạc

cham BZ0318 / NZ0318
cham
chám
chàm
chạm

chan BZ0319 / NZ0319
chan
chán
chàn
chạn

chap BZ0320 / NZ0320
cháp
chạp

chat BZ0321 / NZ0321
chát
chạt

chach BZ0322 / NZ0322
chạch

chang BZ0323 / NZ0323
chang
chàng
chảng
chãng
chạng

chanh BZ0324 / NZ0324
chanh

chánh
chành
chảnh
chạnh

chăc BZ0325 / NZ0325
chắc

chăm BZ0326 / NZ0326
chăm
chắm
chằm

chăn BZ0327 / NZ0327
chăn
chắn
chằn
chẵn
chặn

chăp BZ0328 / NZ0328
chắp

chăt BZ0329 / NZ0329
chắt
chặt

chăng BZ0330 / NZ0330
chăng
chẳng
chẳng
chặng

châu BZ0331 / NZ0331
châu
chấu
chầu
chậu

chây BZ0332 / NZ0332
chây

chầy

châc BZ0333 / NZ0333
chậc

châm BZ0334 / NZ0334
châm
chấm
chậm

chân BZ0335 / NZ0335
chân
chấn
chẩn

châp BZ0336 / NZ0336
chấp
chập

chât BZ0337 / NZ0337
chất
chật

che BZ0338 / NZ0338
che
chè
chẻ

cheo BZ0339 / NZ0339
chéo
chèo

chec BZ0340 / NZ0340
chéc
chẹc

chem BZ0341 / NZ0341
chém

chen BZ0342 / NZ0342
chen
chén

chèn
chẽn
chẹn

chep BZ0343 / NZ0343
chép
chẹp

chê BZ0344 / NZ0344
chê
chế

chêu BZ0345 / NZ0345
chêu

chêm BZ0346 / NZ0346
chêm

chêt BZ0347 / NZ0347
chết

chêch BZ0348 / NZ0348
chếch
chệch

chênh BZ0349 / NZ0349
chênh

chi BZ0350 / NZ0350
chi
chí
chì
chỉ
chị

chia BZ0351 / NZ0351
chia
chìa
chĩa

chiu BZ0352 / NZ0352
chíu

chịu

chiêu BZ0353 NZ0353
chiêu
chiếu
chiều
chiểu
chiễu

chim BZ0354 NZ0354
chim
chím
chìm

chin BZ0355 NZ0355
chín
chỉn
chịn

chip BZ0356 NZ0356
chíp

chit BZ0357 NZ0357
chít
chịt

chich BZ0358 NZ0358
chích
chịch

chinh BZ0359 NZ0359
chinh
chính
chình
chỉnh
chĩnh

chiêm BZ0360 NZ0360
chiêm
chiếm

chiên BZ0361 NZ0361
chiên
chiến
chiền

chiết BZ0362 NZ0362
chiết

chiêng BZ0363 NZ0363
chiêng

cho BZ0364 NZ0364
cho
chó
chỏ
chõ

choc BZ0365 NZ0365
chóc
chọc

chom BZ0366 NZ0366
chòm
chỏm
chõm

chon BZ0367 NZ0367
chọn

chop BZ0368 NZ0368
chóp
chọp

chot BZ0369 NZ0369
chót
chọt

chong BZ0370 NZ0370
chong
chóng
chòng
chỏng
chõng

choang BZ0371 NZ0371
choang
choáng
choàng
choảng
choạng

chô BZ0372 NZ0372
chỗ
chộ

choi BZ0373 NZ0373
chói
chòi

chôc BZ0374 NZ0374
chốc

chôm BZ0375 NZ0375
chôm
chồm
chổm

chôn BZ0376 NZ0376
chôn
chốn
chồn

chôp BZ0377 NZ0377
chốp
chộp

chôt BZ0378 NZ0378
chốt
chột

chông BZ0379 NZ0379
chông
chống
chồng
chổng

chơ BZ0380 NZ0380
chớ
chờ
chở
chợ

chơi BZ0381 NZ0381
chơi
chới

chơm BZ0382 NZ0382
chơm
chớm
chờm
chởm

chơp BZ0383 NZ0383
chớp
chợp

chơt BZ0384 NZ0384
chớt
chợt

chu BZ0385 NZ0385
chu
chú
chủ

chua BZ0386 NZ0386
chua
chúa
chùa

chui BZ0387 NZ0387
chui
chúi

越南語發音辭典 175

chùi
chũi
chụi

chuôi BZ0388 NZ0388
chuôi
chuối
chuỗi

chuc BZ0389 NZ0389
chúc
chục

chum BZ0390 NZ0390
chum
chúm
chùm
chụm

chun BZ0391 NZ0391
chun
chùn
chủn
chũn

chup BZ0392 NZ0392
chúp
chụp

chut BZ0393 NZ0393
chút
chụt

chung BZ0394 NZ0394
chung
chúng
chùng
chủng

chuôc BZ0395 NZ0395
chuốc

chuộc

chuôn BZ0396 NZ0396
chuồn

chuôt BZ0397 NZ0397
chuốt
chuột

chuông BZ0398 NZ0398
chuông
chuồng
chuộng

chư BZ0399 NZ0399
chư
chứ
chừ
chữ

chưa BZ0400 NZ0400
chưa
chứa
chừa
chửa
chữa

chưc BZ0401 NZ0401
chức
chực

chưng BZ0402 NZ0402
chưng
chứng
chừng
chửng
chững
chựng

chươm BZ0403 NZ0403
chườm

chương BZ0404 NZ0404
chương
chướng
chường

D, d

da BZ0405 NZ0405
da
dá
dà
dả
dã
dạ

dai BZ0406 NZ0406
dai
dái
dài
dải
dãi
dại

dao BZ0407 NZ0407
dao
dáo
dào
dạo

day BZ0408 NZ0408
dày
dãy
dạy

dam BZ0409 NZ0409
dam
dám
dạm

dan BZ0410 NZ0410
dán
dàn
dạn

dat BZ0411 NZ0411
dát
dạt

dang BZ0412 NZ0412
dang
dáng
dàng
dạng

danh BZ0413 NZ0413
danh
dành
dảnh

dăc BZ0414 NZ0414
dắc

dăm BZ0415 NZ0415
dăm
dắm
dằm
dẵm
dặm

dăn BZ0416 NZ0416
dăn
dằn
dặn

dăt BZ0417 NZ0417
dắt
dặt

dăng BZ0418 / NZ0418
dăng
dằng
dẳng
dặng

dâu BZ0419 / NZ0419
dâu
dấu
dầu
dẫu
dậu

dây BZ0420 / NZ0420
dây
dấy
dầy
dẩy
dẫy
dậy

dâm BZ0421 / NZ0421
dâm
dấm
dầm
dẫm
dậm

dân BZ0422 / NZ0422
dân
dấn
dần
dẫn

dập BZ0423 / NZ0423
dấp
dập

dât BZ0424 / NZ0424
dật

dâng BZ0425 / NZ0425
dâng

de BZ0426 / NZ0426
dè
dẻ

dep BZ0427 / NZ0427
dép
dẹp

dê BZ0428 / NZ0428
dê
dế
dề
dể
dễ

dêm BZ0429 / NZ0429
dễm

dên BZ0430 / NZ0430
dền

dêt BZ0431 / NZ0431
dệt

dênh BZ0432 / NZ0432
dênh

di BZ0433 / NZ0433
di
dí
dì
dỉ
dĩ
dị

dia BZ0434 / NZ0434
dĩa

diu BZ0435 / NZ0435
diu
díu
dìu
dịu

diêu BZ0436 / NZ0436
diêu
diều
diểu
diệu

dim BZ0437 / NZ0437
dim
dìm

dip BZ0438 / NZ0438
díp
dịp

dich BZ0439 / NZ0439
dích
dịch

dinh BZ0440 / NZ0440
dinh
dính
dình
dỉnh
dĩnh
dịnh

diêm BZ0441 / NZ0441
diêm
diếm
diềm
diễm
diệm

diên BZ0442 / NZ0442
diên
diễn
diện

diêt BZ0443 / NZ0443
diệt

do BZ0444 / NZ0444
do
dò
dỏ
dọ

doa BZ0445 / NZ0445
dọa

doi BZ0446 / NZ0446
doi
dòi
dõi
dọi

doc BZ0447 / NZ0447
dóc
dọc

dom BZ0448 / NZ0448
dom
dòm
dỏm

don BZ0449 / NZ0449
dọn

dong BZ0450 / NZ0450
dong
dòng
dỏng

doan
doãn

doanh
doanh

dô
dô
dồ
dổ
dỗ

dôi
dối
dòi
dỗi
dội

dôc
dốc
dộc

dôn
dồn

dôp
dốp
dộp

dôt
dốt
dột

dông
dông

dơ
dơ
dờ
dở
dỡ

dơi
dơi
dời

dơm
dởm
dợm

du
du
dù
dụ

dua
dua
dúa
dụa

duê
duê
duế
duề
duể
dụê

dui
dui
dúi
dùi
dủi
dũi
dụi

duy
duy

duôi
duôi
duối
duỗi

duc
dục

dum
dúm
dùm
dụm

dung
dung
dùng
dũng
dụng

duôc
duốc
duộc

dư
dư
dứ
dữ
dự

dưa
dưa
dứa
dừa
dựa

dươi
dưới

dưt
dứt

dưng
dưng
dừng
dửng

dựng

dược
dược

dươm
dườm

dượt
dượt

dương
dương
dường
dưỡng
dượng

Đ, đ

đa
đa
đá
đà
đả
đã

đai
đai
đái
đài
đãi
đại

đao
đao
đáo
đào
đảo
đạo

đau
đau
đáu

đay
đay
đáy
đày
đảy

đac
đác
đạc

đam
đam
đám
đàm
đảm
đạm

đap
đáp
đạp

đat
đát
đạt

đach
đách
đạch

đang
đang
đáng
đàng
đảng
đãng

đanh
đanh
đánh
đành
đảnh

đăc
đắc
đặc

đăm
đăm
đắm
đầm
đẫm
đặm

đăn
đắn

đăp
đắp
đặp

đăt
đắt
đặt

đăng
đăng
đắng
đằng
đẳng
đẵng
đặng

đâu
đâu
đấu
đầu

đẩu
đậu

đây
đây
đấy
đầy
đẩy
đẫy
đậy

đâm
đâm
đấm
đầm
đẫm
đậm

đân
đần
đẫn
đận

đâp
đấp
đập

đât
đất
đật

đâng
đấng

đe
đe
đè
đẻ
đẽ

đẻ
đậu

đeo
đeo
đéo
đèo
đẽo
đẹo

đec
đéc

đem
đem

đen
đen
đèn

đep
đẹp

đet
đét
đẹt

đê
đê
đế
đề
để
đệ

đêu
đều
đểu

đêm
đêm
đếm
đềm
đệm

đên `BZ0517 NZ0517`
đên
đến
đền

đêch `BZ0518 NZ0518`
đếch

đênh `BZ0519 NZ0519`
đênh
đềnh
đểnh
đễnh

đi `BZ0520 NZ0520`
đi
đĩ

đia `BZ0521 NZ0521`
đỉa
đĩa
địa

điu `BZ0522 NZ0522`
đìu
địu

điêu `BZ0523 NZ0523`
điêu
điếu
điều
điểu
điệu

đit `BZ0524 NZ0524`
đít
địt

đich `BZ0525 NZ0525`
đích

địch

đinh `BZ0526 NZ0526`
đinh
đính
đình
đỉnh
đĩnh
định

điêm `BZ0527 NZ0527`
điếm
điềm
điểm

điên `BZ0528 NZ0528`
điên
điền
điển
điện

đo `BZ0529 NZ0529`
đo
đó
đò
đỏ
đọ

đoa `BZ0530 NZ0530`
đóa
đọa

đoi `BZ0531 NZ0531`
đói
đòi

đoai `BZ0532 NZ0532`
đoái
đoài

đoc `BZ0533 NZ0533`
đọc

đom `BZ0534 NZ0534`
đom
đóm
đỏm

đon `BZ0535 NZ0535`
đón
đòn

đot `BZ0536 NZ0536`
đọt

đong `BZ0537 NZ0537`
đong
đóng
đỏng
đọng

đoan `BZ0538 NZ0538`
đoan
đoán
đoàn
đoản
đoạn

đoat `BZ0539 NZ0539`
đoạt

đoang `BZ0540 NZ0540`
đoàng
đoảng

đô `BZ0541 NZ0541`
đô
đố
đồ
đổ

đỗ
độ

đôi `BZ0542 NZ0542`
đôi
đối
đồi
đổi
đỗi
đội

đôc `BZ0543 NZ0543`
đốc
độc

đôm `BZ0544 NZ0544`
đôm
đốm
đồm

đôn `BZ0545 NZ0545`
đôn
đốn
đồn
độn

đôp `BZ0546 NZ0546`
đốp
độp

đôt `BZ0547 NZ0547`
đốt
đột

đông `BZ0548 NZ0548`
đông
đống
đồng
đổng
động

đơ
đơ
đớ
đờ
đỡ
đợ

đơi
đới
đời
đợi

đơm
đơm
đờm

đơn
đơn
đớn
đờn
đởn

đớp
đớp
đợp

đợt
đớt
đợt

đu
đu
đú
đù
đủ
đụ

đua
đua
đùa

đũa

đui
đùi

đuôi
đuôi
đuối
đuổi
đuội

đuc
đúc
đục

đum
đúm
đùm

đun
đun
đùn

đup
đúp
đụp

đut
đút

đung
đung
đúng
đùng
đủng
đũng
đụng

đuôc
đuốc

đuông
đuông
đuống

đư
đứ
đừ
đữ

đưa
đưa
đứa

đưc
đức
đực

đưt
đứt

đưng
đứng
đừng
đựng

được
được

đươm
đượm

đương
đương
đường

G, g

ga
ga
gá
gà

gả
gã
gạ

gai
gai
gái
gài
gãi

gao
gáo
gào
gạo

gau
gàu

gay
gay
gáy
gày
gảy
gãy

gac
gác
gạc

gam
gam

gan
gan
gán
gàn
gạn

gap
gáp

gat
gạt

gach
gạch

gang
gang
gàng

ganh
ganh
gánh
gảnh

găm
găm
gắm
gằm
gặm

găn
găn
gắn
gần
gặn

găp
gắp
gặp

găt
gắt
gặt

găng
găng
gắng
gặng

gâu
gâu
gấu
gầu

gây
gây
gầy
gẩy
gẫy
gậy

gâc
gấc

gâm
gấm
gầm
gẫm
gậm

gân
gân
gần

gâp
gấp
gập

gât
gật

go
go
gỏ
gõ

goa
góa

goi
gói
gỏi
gọi

goc
góc

gom
gom

gon
gọn

gop
góp

got
gót
gọt

gong
gọng

gô
gô
gồ
gổ
gỗ

gôi
gối
gội

gôc
gốc
gộc

gôm
gôm
gốm

gồm

gôn
gôn

gôp
gộp

gôt
gột

gông
gông
gồng

gơ
gờ
gở
gỡ

gơi
gởi
gợi

gơm
gớm
gờm

gơn
gờn
gợn

gu
gu
gù

gui
gũi

guc
gục

182

guôc BZ0624 / NZ0624
guộc

guông BZ0625 / NZ0625
guồng

gưi BZ0626 / NZ0626
gửi

gươm BZ0627 / NZ0627
gươm

gương BZ0628 / NZ0628
gương

GI, gi

gi BZ0629 / NZ0629
gì

gia BZ0630 / NZ0630
gia
giá
già
giả
giã
giạ

giai BZ0631 / NZ0631
giai
giải

giao BZ0632 / NZ0632
giao
giáo

giay BZ0633 / NZ0633
giày
giãy

giac BZ0634 / NZ0634
giác

giam BZ0635 / NZ0635
giam
giám
giảm

gian BZ0636 / NZ0636
gian
gián
giàn
giản
giãn
giạn

giap BZ0637 / NZ0637
giáp
giạp

giang BZ0638 / NZ0638
giang
giáng
giàng
giảng

giăc BZ0639 / NZ0639
giặc

giăt BZ0640 / NZ0640
giặt

giăng BZ0641 / NZ0641
giăng
giằng

giâc BZ0642 / NZ0642
giấc

giâm BZ0643 / NZ0643
giấm

giẫm
giậm

giân BZ0644 / NZ0644
giần
giận

giât BZ0645 / NZ0645
giật

giêt BZ0646 / NZ0646
giết

gin BZ0647 / NZ0647
gìn

gio BZ0648 / NZ0648
gio
gió
giò
giỏ
giõ
giọ

giong BZ0649 / NZ0649
gióng
giọng

giô BZ0650 / NZ0650
giố
giồ
giỗ

giông BZ0651 / NZ0651
giông
giống
giồng

giơ BZ0652 / NZ0652
giơ
giờ
giở

giơi BZ0653 / NZ0653
giới

giuc BZ0654 / NZ0654
giục

giun BZ0655 / NZ0655
giun

giup BZ0656 / NZ0656
giúp

giư BZ0657 / NZ0657
giữ

giương BZ0658 / NZ0658
giương
giường

GH, gh

ghe BZ0659 / NZ0659
ghe
ghé
ghè
ghẻ
ghẹ

gheo BZ0660 / NZ0660
ghẹo

ghem BZ0661 / NZ0661
ghém

ghen BZ0662 / NZ0662
ghen

ghep BZ0663 / NZ0663
ghép

ghet BZ0664 NZ0664
ghét

ghê BZ0665 NZ0665
ghê
ghế

ghênh BZ0666 NZ0666
ghềnh

ghi BZ0667 NZ0667
ghi
ghì

ghiu BZ0668 NZ0668
ghịu

ghim BZ0669 NZ0669
ghim
ghìm

H, h

ha BZ0670 NZ0670
ha
há
hà
hả
hạ

hai BZ0671 NZ0671
hai
hái
hài
hải
hãi
hại

hao BZ0672 NZ0672
hao
háo
hào
hảo
hão
hạo

hau BZ0673 NZ0673
hau
háu
hàu

hay BZ0674 NZ0674
hay
háy
hày
hảy
hãy

hac BZ0675 NZ0675
hác
hạc

ham BZ0676 NZ0676
ham
hám
hàm
hãm
hạm

han BZ0677 NZ0677
han
hán
hàn
hãn
hạn

hap BZ0678 NZ0678
hạp

hat BZ0679 NZ0679
hát
hạt

hach BZ0680 NZ0680
hách
hạch

hang BZ0681 NZ0681
hang
háng
hàng
hảng
hãng
hạng

hanh BZ0682 NZ0682
hanh
hành
hãnh
hạnh

hăc BZ0683 NZ0683
hắc
hặc

hăm BZ0684 NZ0684
hăm
hằm
hẳm
hặm

hăn BZ0685 NZ0685
hắn
hằn
hẳn
hẵn

hăt BZ0686 NZ0686
hắt
hặt

hăng BZ0687 NZ0687
hăng
hắng
hằng
hẵng

hâu BZ0688 NZ0688
hâu
hấu
hầu
hẫu
hậu

hây BZ0689 NZ0689
hây
hẩy

hâm BZ0690 NZ0690
hâm
hầm
hẩm
hậm

hân BZ0691 NZ0691
hân
hấn
hận

hâp BZ0692 NZ0692
hấp
hập

hât BZ0693 NZ0693
hất

hâng BZ0694 NZ0694
hâng
hấng
hầng

hẳng
hẵng
hặng

he BZ0695 NZ0695
he
hé
hè
hẻ
hẽ
hẹ

heo BZ0696 NZ0696
heo
héo
hẻo

hec BZ0697 NZ0697
héc

hem BZ0698 NZ0698
hem
hèm
hẻm

hen BZ0699 NZ0699
hen
hén
hèn
hẹn

hep BZ0700 NZ0700
hẹp

het BZ0701 NZ0701
hẹt

hê BZ0702 NZ0702
hê
hế
hề

hể
hễ
hệ

hêu BZ0703 NZ0703
hêu
hếu
hều

hên BZ0704 NZ0704
hên
hến
hển

hêt BZ0705 NZ0705
hết
hệt

hêch BZ0706 NZ0706
hếch
hệch

hênh BZ0707 NZ0707
hênh
hếnh
hềnh
hểnh
hễnh
hệnh

hi BZ0708 NZ0708
hi
hí
hì
hỉ
hĩ
hị

hiu BZ0709 NZ0709
hiu

híu
hĩu
hịu

hiêu BZ0710 NZ0710
hiếu
hiều
hiểu
hiệu

hic BZ0711 NZ0711
híc
hịc

hip BZ0712 NZ0712
híp
hịp

hit BZ0713 NZ0713
hít
hịt

hich BZ0714 NZ0714
hích
hịch

hinh BZ0715 NZ0715
hinh
hình
hỉnh
hĩnh
hịnh

hiêm BZ0716 NZ0716
hiêm
hiếm
hiềm
hiểm
hiệm

hiên BZ0717 NZ0717
hiên
hiến
hiền
hiển
hiễn
hiện

ho BZ0718 NZ0718
ho
hó
hò
hỏ
hõ
họ

hoa BZ0719 NZ0719
hoa
hóa
hòa
hỏa
họa

hoe BZ0720 NZ0720
hoe
hóe
hòe
hỏe
họe

hoi BZ0721 NZ0721
hoi
hói
hòi
hỏi
họi

hoai BZ0722 NZ0722
hoai

越南語發音辭典 185

hoái
hoài
hoải
hoại

hoay BZ0723 NZ0723
hoay
hoáy

hoc BZ0724 NZ0724
hóc
học

hom BZ0725 NZ0725
hom
hóm
hòm
hỏm
hõm
họm

hon BZ0726 NZ0726
hon
hón
hòn
hỏn
họn

hop BZ0727 NZ0727
hóp
họp

hot BZ0728 NZ0728
hót
họt

hong BZ0729 NZ0729
hong
hóng
hòng

hỏng
họng

hoan BZ0730 NZ0730
hoan
hoàn
hoãn
hoạn

hoat BZ0731 NZ0731
hoát
hoạt

hoach BZ0732 NZ0732
hoách
hoạch

hoang BZ0733 NZ0733
hoang
hoàng
hoảng

hoanh BZ0734 NZ0734
hoành
hoạnh

hô BZ0735 NZ0735
hô
hố
hồ
hổ
hỗ
hộ

hôi BZ0736 NZ0736
hôi
hối
hồi
hỏi
hội

hôc BZ0737 NZ0737
hốc
hộc

hôm BZ0738 NZ0738
hôm

hôn BZ0739 NZ0739
hôn
hồn
hỏn
hỗn

hôp BZ0740 NZ0740
hốp
hộp

hôt BZ0741 NZ0741
hốt
hột

hông BZ0742 NZ0742
hông
hống
hồng
hổng
hỗng
hộng

hơ BZ0743 NZ0743
hơ
hớ
hờ
hở
hỡ
hợ

hơi BZ0744 NZ0744
hơi
hới

hời
hởi
hỡi
hợi

hơm BZ0745 NZ0745
hờm
hởm

hơn BZ0746 NZ0746
hơn
hớn
hờn
hởn
hỡn
hợn

hơp BZ0747 NZ0747
hớp
hợp

hơt BZ0748 NZ0748
hớt
hợt

hu BZ0749 NZ0749
hu
hú
hù
hủ
hũ
hụ

huê BZ0750 NZ0750
huê
huế
huề
huể
huệ

186

hui BZ0751 / NZ0751
hui
húi
hùi
hủi
hụi

huy BZ0752 / NZ0752
huy
hủy

huc BZ0753 / NZ0753
húc
hục

hum BZ0754 / NZ0754
hùm
hủm
hũm
hụm

hun BZ0755 / NZ0755
hun
hún
hùn
hủn
hũn
hụn

hup BZ0756 / NZ0756
húp
hụp

hut BZ0757 / NZ0757
hút
hụt

hung BZ0758 / NZ0758
hung
húng
hùng

huông BZ0759 / NZ0759
huống

huych BZ0760 / NZ0760
huých
huỵch

huynh BZ0761 / NZ0761
huynh
huỳnh

hư BZ0762 / NZ0762
hư
hứ
hừ
hử
hự

hưa BZ0763 / NZ0763
hứa

hưi BZ0764 / NZ0764
hưi
hứi
hừi
hửi
hữi
hựi

hưu BZ0765 / NZ0765
hưu
hứu
hừu
hửu
hữu
hựu

hươu BZ0766 / NZ0766
hươu

hực BZ0767 / NZ0767
hực

hưng BZ0768 / NZ0768
hưng
hứng

hược BZ0769 / NZ0769
hước

hương BZ0770 / NZ0770
hương
hướng
hường
hưởng

hy BZ0771 / NZ0771
hy
hý
hỳ
hỷ
hỹ
hỵ

K, k

ke BZ0772 / NZ0772
ke
ké
kè
kẻ
kẽ
kẹ

keo BZ0773 / NZ0773
keo
kéo
kèo
kẻo
kẹo

kem BZ0774 / NZ0774
kem
kém
kèm
kẽm
kẹm

ken BZ0775 / NZ0775
ken
kén
kèn
kẹn

kep BZ0776 / NZ0776
kép
kẹp

ket BZ0777 / NZ0777
két
kẹt

keng BZ0778 / NZ0778
keng
kéng
kèng
kẻng

kê BZ0779 / NZ0779
kê
kế
kề
kể
kễ
kệ

kêu BZ0780 / NZ0780
kêu
kếu

kều

kêp BZ0781 NZ0781
kếp

kêt BZ0782 NZ0782
kết

kêch BZ0783 NZ0783
kếch
kệch

kênh BZ0784 NZ0784
kênh
kềnh
kểnh
kễnh
kệnh

ki BZ0785 NZ0785
ki
kí
kì
kỉ
kĩ
kị

kia BZ0786 NZ0786
kia
kìa
kỉa
kịa

kiêu BZ0787 NZ0787
kiêu
kiếu
kiều
kiểu
kiệu

kim BZ0788 NZ0788
kim
kìm

kin BZ0789 NZ0789
kin
kín
kìn

kip BZ0790 NZ0790
kíp
kịp

kit BZ0791 NZ0791
kít
kịt

kich BZ0792 NZ0792
kích
kịch

kinh BZ0793 NZ0793
kinh
kính
kình
kỉnh

kiêm BZ0794 NZ0794
kiêm
kiếm
kiềm
kiểm
kiệm

kiên BZ0795 NZ0795
kiên
kiến
kiền
kiển
kiện

kiêng BZ0796 NZ0796
kiêng
kiếng
kiềng
kiểng
kiễng
kiệng

kiêt BZ0797 NZ0797
kiết
kiệt

ky BZ0798 NZ0798
ky
ký
kỳ
kỷ
kỹ
kỵ

KH, kh

kha BZ0799 NZ0799
kha
khá
khà
khả

khai BZ0800 NZ0800
khai
khái
khải

khao BZ0801 NZ0801
khao
kháo
khào
khảo

khau BZ0802 NZ0802
khau
kháu

khay BZ0803 NZ0803
khay
kháy
khảy

khac BZ0804 NZ0804
khác
khạc

kham BZ0805 NZ0805
kham
khám

khan BZ0806 NZ0806
khan
khán
khàn
khản

khat BZ0807 NZ0807
khát

khach BZ0808 NZ0808
khách
khạch

khang BZ0809 NZ0809
khang
kháng
khạng

khanh BZ0810 NZ0810
khanh
khánh
khảnh

khăc
khắc
khặc

khăm
khăm
khắm
khặm

khăn
khăn
khắn
khằn

khăp
khắp

khăt
khắt

khăng
khăng
khằng

khâu
khâu
khấu
khẩu

khây
khẩy

khâc
khắc
khặc

khâm
khâm
khấm
khẩm

khân
khẩn

khâp
khập

khât
khất

khâng
khậng

khe
khe
khé
khè
khẻ
khẽ

kheo
kheo
khéo

khem
khem

khen
khen
khèn

khep
khép

khet
khét
khẹt

khê
khê
khế
khề

khệ

khêu
khêu
khều
khệu

khênh
khênh
khềnh
khểnh
khệnh

khi
khi
khí
khì
khỉ
khị

khia
khía
khịa

khiêu
khiêu
khiếu

khit
khít
khịt

khich
khích

khinh
khinh
khỉnh

khiêm
khiêm

khiếm
khiềm

khiên
khiến
khiển

khiêng
khiêng
khiềng

khiêt
khiết

kho
kho
khó
khò
khọ

khoa
khoa
khóa
khỏa

khoe
khoe
khóe
khỏe

khoi
khói
khỏi

khoai
khoai
khoái
khoải

khoay
khoáy

khoeo BZ0850 NZ0850	khổng	**khuc** BZ0870 NZ0870	**L, l**
khoèo	**khơ** BZ0860 NZ0860	khúc	**la** BZ0881 NZ0881
khoc BZ0851 NZ0851	khơ	**khum** BZ0871 NZ0871	lạ
khóc	khớ	khúm	lá
khom BZ0852 NZ0852	khờ	**khung** BZ0872 NZ0872	là
khom	**khơi** BZ0861 NZ0861	khung	lả
khóm	khơi	khùng	lã
khòm	khới	khủng	lạ
khọm	khời	khụng	**lai** BZ0882 NZ0882
khoac BZ0853 NZ0853	khởi	**khuôn** BZ0873 NZ0873	lai
khoác	**khợp** BZ0862 NZ0862	khuôn	lái
khoạc	khớp	**khư** BZ0874 NZ0874	lài
khoan BZ0854 NZ0854	**khu** BZ0863 NZ0863	khư	lải
khoan	khu	khứ	lãi
khoán	khú	khử	lại
khoản	khụ	khự	**lao** BZ0883 NZ0883
khoang BZ0855 NZ0855	**khua** BZ0864 NZ0864	**khươu** BZ0875 NZ0875	lao
khoang	khua	khướu	láo
khoáng	khùa	**khưng** BZ0876 NZ0876	lào
khoảng	**khuê** BZ0865 NZ0865	khựng	lảo
khô BZ0856 NZ0856	khuê	**khược** BZ0877 NZ0877	lão
khô	**khuy** BZ0866 NZ0866	khước	lạo
khố	khuy	khược	**lau** BZ0884 NZ0884
khổ	**khuây** BZ0867 NZ0867	**khươn** BZ0878 NZ0878	lau
khôi BZ0857 NZ0857	khuây	khươn	láu
khôi	khuấy	**khượt** BZ0879 NZ0879	làu
khối	**khuya** BZ0868 NZ0868	khướt	lảu
khôc BZ0858 NZ0858	khuya	khượt	lạu
khốc	**khuyu** BZ0869 NZ0869	**khương** BZ0880 NZ0880	**lay** BZ0885 NZ0885
không BZ0859 NZ0859	khuyu	khương	lay
không	khuỷu		láy
khống	khuỵu		lày
			lãy
			lạy

lac BZ0886 NZ0886
lác
lạc

lam BZ0887 NZ0887
lam
làm
lãm
lạm

lan BZ0888 NZ0888
lan
lán
làn

lap BZ0889 NZ0889
láp
lạp

lat BZ0890 NZ0890
lát
lạt

lach BZ0891 NZ0891
lách
lạch

lang BZ0892 NZ0892
lang
láng
làng
lảng
lãng
lạng

lanh BZ0893 NZ0893
lanh
lánh
lành
lảnh

lãnh
lạnh

lăc BZ0894 NZ0894
lắc
lặc

lăm BZ0895 NZ0895
lăm
lắm
lặm

lăn BZ0896 NZ0896
lăn
lằn
lẳn
lẵn
lặn

lăp BZ0897 NZ0897
lắp
lặp

lăt BZ0898 NZ0898
lắt
lặt

lăng BZ0899 NZ0899
lăng
lắng
lằng
lẳng
lẵng
lặng

lâu BZ0900 NZ0900
lâu
lầu
lẩu
lậu

lây BZ0901 NZ0901
lây
lấy
lầy
lẫy
lậy

lâc BZ0902 NZ0902
lấc

lâm BZ0903 NZ0903
lâm
lấm
lầm
lẩm
lẫm
lậm

lân BZ0904 NZ0904
lân
lấn
lần
lẩn
lẫn
lận

lâp BZ0905 NZ0905
lấp
lập

lât BZ0906 NZ0906
lất
lật

lâng BZ0907 NZ0907
lâng
lấng

le BZ0908 NZ0908
le

lé
lè
lẻ
lẽ
lẹ

leo BZ0909 NZ0909
leo
léo
lèo
lẻo
lẽo
lẹo

lem BZ0910 NZ0910
lem
lém
lẹm

len BZ0911 NZ0911
len
lén
lèn
lẻn
lẽn

lep BZ0912 NZ0912
lép
lẹp

let BZ0913 NZ0913
lét
lẹt

leng BZ0914 NZ0914
leng
léng

lê BZ0915 NZ0915
lê

lề
lể
lễ
lệ

lêu BZ0916 NZ0916
lêu
lếu
lều

lên BZ0917 NZ0917
lên

lêt BZ0918 NZ0918
lết
lệt

lêch BZ0919 NZ0919
lếch
lệch

lênh BZ0920 NZ0920
lênh
lếnh
lềnh
lễnh
lệnh

li BZ0921 NZ0921
li
lí
lì
lị

lia BZ0922 NZ0922
lia
lìa
lịa

liu BZ0923 NZ0923
líu

lỉu
lịu

liêu BZ0924 NZ0924
liêu
liều
liễu
liệu

lim BZ0925 NZ0925
lim
lìm
lịm

lip BZ0926 NZ0926
líp

lit BZ0927 NZ0927
lít
lịt

lich BZ0928 NZ0928
lích
lịch

linh BZ0929 NZ0929
linh
lính
lình
lỉnh
lĩnh
lịnh

liêm BZ0930 NZ0930
liêm
liếm
liềm

liên BZ0931 NZ0931
liên
liền

liễn

liêt BZ0932 NZ0932
liệt

liêng BZ0933 NZ0933
liếng
liệng

lo BZ0934 NZ0934
lo
ló
lò
lõ
lọ

loa BZ0935 NZ0935
loa
lóa
lòa
lõa

loe BZ0936 NZ0936
loe
lóe
lòe

loi BZ0937 NZ0937
loi
lói
lòi
lỏi
lõi
lọi

loai BZ0938 NZ0938
loài
loại

loay BZ0939 NZ0939
loay

loáy

loc BZ0940 NZ0940
lóc
lọc

lom BZ0941 NZ0941
lom
lóm
lòm
lỏm
lõm

lon BZ0942 NZ0942
lon
lòn
lỏn
lọn

lot BZ0943 NZ0943
lót
lọt

long BZ0944 NZ0944
long
lóng
lòng
lỏng
lõng
lọng

loan BZ0945 NZ0945
loan
loàn
loạn

loat BZ0946 NZ0946
loát
loạt

loang BZ0947 / NZ0947
loang
loáng
loãng
loạng

lô BZ0948 / NZ0948
lô
lố
lồ
lổ
lỗ
lộ

lôi BZ0949 / NZ0949
lôi
lối
lồi
lổi
lỗi
lội

lôc BZ0950 / NZ0950
lốc
lộc

lôm BZ0951 / NZ0951
lôm
lốm
lồm
lổm

lôn BZ0952 / NZ0952
lồn
lổn
lộn

lôp BZ0953 / NZ0953
lốp
lộp

lôt BZ0954 / NZ0954
lốt
lột

lông BZ0955 / NZ0955
lông
lồng
lộng

lơ BZ0956 / NZ0956
lơ
lớ
lờ
lở
lỡ
lợ

lơi BZ0957 / NZ0957
lơi
lới
lời
lởi
lợi

lơm BZ0958 / NZ0958
lởm

lơn BZ0959 / NZ0959
lớn
lợn

lơp BZ0960 / NZ0960
lớp
lợp

lơt BZ0961 / NZ0961
lớt
lợt

lu BZ0962 / NZ0962
lu
lú
lù
lủ
lũ
lụ

lua BZ0963 / NZ0963
lúa
lùa
lũa
lụa

lui BZ0964 / NZ0964
lui
lùi
lủi
lụi

luy BZ0965 / NZ0965
lũy
lụy

luc BZ0966 / NZ0966
lúc
lục

lum BZ0967 / NZ0967
lum
lúm
lùm
lủm
lụm

lun BZ0968 / NZ0968
lún
lùn
lủn
lũn
lụn

lup BZ0969 / NZ0969
lúp
lụp

lut BZ0970 / NZ0970
lút
lụt

lung BZ0971 / NZ0971
lung
lúng
lùng
lủng
lũng
lụng

luôc BZ0972 / NZ0972
luộc

luôn BZ0973 / NZ0973
luôn
luồn

luông BZ0974 / NZ0974
luống
luồng

lư BZ0975 / NZ0975
lư
lừ
lử
lữ
lự

lưa BZ0976 / NZ0976
lứa
lừa
lửa

越南語發音辭典 193

lựa

lưu BZ0977 NZ0977
lưu
lựu

lươi BZ0978 NZ0978
lưới
lười
lưỡi

lực BZ0979 NZ0979
lức
lực

lưng BZ0980 NZ0980
lưng
lừng
lửng
lững

lược BZ0981 NZ0981
lược

lươm BZ0982 NZ0982
lườm
lượm

lươn BZ0983 NZ0983
lươn
lườn
lượn

lướt BZ0984 NZ0984
lướt
lượt

lương BZ0985 NZ0985
lương
lường
lưỡng

lượng

ly BZ0986 NZ0986
ly
lý
lỳ
lỷ
ly.

M, m

ma BZ0987 NZ0987
ma
má
mà
mả
mã
mạ

mai BZ0988 NZ0988
mai
mái
mài
mải
mãi
mại

mao BZ0989 NZ0989
mao
máo
mào
mão
mạo

mau BZ0990 NZ0990
mau
máu
màu

may BZ0991 NZ0991
may
máy
mày
mảy
mạy

mac BZ0992 NZ0992
mác
mạc

man BZ0993 NZ0993
man
mán
màn
mãn
mạn

map BZ0994 NZ0994
mạp

mat BZ0995 NZ0995
mát
mạt

mach BZ0996 NZ0996
mách
mạch

mang BZ0997 NZ0997
mang
máng
màng
mảng
mạng

manh BZ0998 NZ0998
manh
mánh
mành

mảnh
mãnh
mạnh

măc BZ0999 NZ0999
mắc
mặc

măm BZ1000 NZ1000
măm
mắm

măn BZ1001 NZ1001
mắn
mằn
mẳn
mặn

măt BZ1002 NZ1002
mắt
mặt

măng BZ1003 NZ1003
măng
mắng

mâu BZ1004 NZ1004
mâu
mấu
mầu
mẫu
mậu

mây BZ1005 NZ1005
mây
mấy

mâm BZ1006 NZ1006
mâm
mầm

194

mắm
mẫm
mậm

mân BZ1007 NZ1007
mân
mần
mẩn
mẫn
mận

mập BZ1008 NZ1008
mấp
mập

mât BZ1009 NZ1009
mất
mật

me BZ1010 NZ1010
me
mé
mè
mẻ
mẽ
mẹ

meo BZ1011 NZ1011
meo
méo
mèo
mẹo

mec BZ1012 NZ1012
méc

mem BZ1013 NZ1013
mem
mém
mẻm

men BZ1014 NZ1014
men
mén
mèn

mep BZ1015 NZ1015
mép
mẹp

met BZ1016 NZ1016
mét
mẹt

meng BZ1017 NZ1017
mèng

mê BZ1018 NZ1018
mê
mề
mễ
mệ

mêu BZ1019 NZ1019
mếu

mêm BZ1020 NZ1020
mếm
mềm

mên BZ1021 NZ1021
mên
mến
mền

mêt BZ1022 NZ1022
mết
mệt

mêch BZ1023 NZ1023
mếch
mệch

mênh BZ1024 NZ1024
mênh
mệnh

mi BZ1025 NZ1025
mi
mí
mì
mỉ
mĩ
mị

mia BZ1026 NZ1026
mía
mỉa
mịa

miu BZ1027 NZ1027
miu
míu
mìu
mỉu
mĩu

miêu BZ1028 NZ1028
miếu
miều

mim BZ1029 NZ1029
mim
mím
mỉm
mĩm
mịm

min BZ1030 NZ1030
mìn
mịn

mit BZ1031 NZ1031
mít
mịt

mich BZ1032 NZ1032
mích
mịch

minh BZ1033 NZ1033
minh
mình

miên BZ1034 NZ1034
miên
miến
miền
miễn
miện

miêt BZ1035 NZ1035
miết
miệt

miêng BZ1036 NZ1036
miếng
miểng
miệng

mo BZ1037 NZ1037
mo
mó
mò
mỏ
mõ
mọ

moi BZ1038 NZ1038
moi
mói
mòi

越南語發音辭典 195

mỏi
mõi
mọi

moc BZ1039 NZ1039
móc
mọc

mom BZ1040 NZ1040
móm
mòm
mỏm
mõm
mọm

mon BZ1041 NZ1041
mon
món
mòn
mỏn
mõn
mọn

mop BZ1042 NZ1042
móp
mọp

mot BZ1043 NZ1043
mót
mọt

mong BZ1044 NZ1044
mong
móng
mòng
mỏng
mọng

mô BZ1045 NZ1045
mô

mồ
mổ
mộ

môi BZ1046 NZ1046
môi
mối
mồi
mỗi

môc BZ1047 NZ1047
mốc
mộc

môm BZ1048 NZ1048
mồm

môn BZ1049 NZ1049
môn

môt BZ1050 NZ1050
mốt
một

mông BZ1051 NZ1051
mông
mống
mồng
mộng

mơ BZ1052 NZ1052
mơ
mớ
mờ
mở
mỡ
mợ

mơi BZ1053 NZ1053
mới
mời

mơm BZ1054 NZ1054
mơm
mớm

mơn BZ1055 NZ1055
mơn
mớn
mởn

mơp BZ1056 NZ1056
mớp

mu BZ1057 NZ1057
mu
mú
mù
mủ
mũ
mụ

mua BZ1058 NZ1058
mua
múa
mùa

mui BZ1059 NZ1059
mui
múi
mùi
mủi
mũi

muôi BZ1060 NZ1060
muôi
muối
muồi
muỗi
muội

muc BZ1061 NZ1061
múc
mục

mum BZ1062 NZ1062
mũm

mun BZ1063 NZ1063
mun
mùn
mũn
mụn

mup BZ1064 NZ1064
múp

mut BZ1065 NZ1065
mút
mụt

mung BZ1066 NZ1066
mung
mùng

muôm BZ1067 NZ1067
muỗm

muôn BZ1068 NZ1068
muôn
muốn
muộn

muôt BZ1069 NZ1069
muốt
muột

muông BZ1070 NZ1070
muống
muỗng

mư
mừ

mưa
mưa
mứa
mửa

mưu
mưu

mươi
mươi
mười

mực
mực
mức

mứt
mứt

mưng
mưng
mừng
mửng

mươn
mướn
mượn

mướp
mướp

mướt
mướt
mượt

mương
mương
mường

my
my
mý
mỳ
mỷ
mỹ
mỵ

N, n

na
na
ná
nà
nã
nạ

nai
nai
nái
nài
nải
nãi
nại

nao
nao
náo
nào
nảo
não
nạo

nau
náu
nàu
nảu
nãu

nạu

nay
nay
náy
này
nảy
nãy

nac
nạc

nam
nam
nám
nạm

nan
nan
nán
nàn
nản
nạn

nap
nạp

nat
nát
nạt

nach
nách

nang
nang
nàng
nạng

nanh
nanh
nành
nạnh

nắc
nắc
nặc

năm
năm
nắm
nằm

năn
năn
nắn
nằn
nặn

nắp
nắp
nặp

năng
năng
nắng
nằng
nặng

nâu
nâu
nấu
nầu
nẩu
nẫu

nây
nây
nấy
nẩy
nẫy

nâc BZ1103 / NZ1103
nấc
nặc

nâm BZ1104 / NZ1104
nấm
nậm

nân BZ1105 / NZ1105
nấn

nâp BZ1106 / NZ1106
nấp
nập

nâng BZ1107 / NZ1107
nâng
nấng
nằng
nẳng
nẵng
nặng

ne BZ1108 / NZ1108
né
nè

nem BZ1109 / NZ1109
nem
ném

nen BZ1110 / NZ1110
nén

nep BZ1111 / NZ1111
nép
nẹp

net BZ1112 / NZ1112
nét

nê BZ1113 / NZ1113
nê
nề
nể

nêu BZ1114 / NZ1114
nêu
nếu

nêm BZ1115 / NZ1115
nêm
nếm
nệm

nên BZ1116 / NZ1116
nên
nến
nền
nện

nêp BZ1117 / NZ1117
nếp

nêt BZ1118 / NZ1118
nết

ni BZ1119 / NZ1119
ni
nỉ
nị

nia BZ1120 / NZ1120
nia
nĩa

niu BZ1121 / NZ1121
níu
nĩu
nịu

niêu BZ1122 / NZ1122
niêu
niệu

nin BZ1123 / NZ1123
nin
nín

nit BZ1124 / NZ1124
nít
nịt

nich BZ1125 / NZ1125
ních
nịch

ninh BZ1126 / NZ1126
ninh
nịnh

niêm BZ1127 / NZ1127
niêm
niềm
niệm

niên BZ1128 / NZ1128
niên

no BZ1129 / NZ1129
no
nó
nò
nỏ
nõ
nọ

noi BZ1130 / NZ1130
noi
nói
nòi

noc BZ1131 / NZ1131
nóc
nọc

nom BZ1132 / NZ1132
nom

non BZ1133 / NZ1133
non
nón
nõn

not BZ1134 / NZ1134
nọt

nong BZ1135 / NZ1135
nóng
nòng
nọng

noan BZ1136 / NZ1136
noãn

nô BZ1137 / NZ1137
nô
nố
nồ
nổ
nỗ
nộ

nôi BZ1138 / NZ1138
nôi
nối
nồi
nổi
nỗi
nội

nôc BZ1139 / NZ1139
nốc

nôm BZ1140 / NZ1140
nôm
nồm
nộm

nôn BZ1141 / NZ1141
nôn

nôp BZ1142 / NZ1142
nộp

nôt BZ1143 / NZ1143
nốt

nông BZ1144 / NZ1144
nông
nồng

nơ BZ1145 / NZ1145
nơ
nờ
nở
nỡ
nợ

nơi BZ1146 / NZ1146
nơi
nới

nơm BZ1147 / NZ1147
nơm
nởm
nỡm

nơn BZ1148 / NZ1148
nơn
nớn
nờn

nởn
nỡn
nợn

nuôi BZ1149 / NZ1149
nuôi
nuối

nợp BZ1150 / NZ1150
nớp
nợp

nơt BZ1151 / NZ1151
nớt

nu BZ1152 / NZ1152
nu
nú
nụ

nua BZ1153 / NZ1153
nua

nui BZ1154 / NZ1154
nui
núi

nuôi BZ1155 / NZ1155
nuôi
nuối

nuc BZ1156 / NZ1156
nục

num BZ1157 / NZ1157
núm

nun BZ1158 / NZ1158
nun

nup BZ1159 / NZ1159
núp

nut BZ1160 / NZ1160
nút
nụt

nung BZ1161 / NZ1161
nung
nùng
nũng
nụng

nuôt BZ1162 / NZ1162
nuốt
nuột

nư BZ1163 / NZ1163
nữ

nưa BZ1164 / NZ1164
nứa
nửa
nữa

nưc BZ1165 / NZ1165
nức
nực

nưt BZ1166 / NZ1166
nứt

nưng BZ1167 / NZ1167
nưng
nứng
nựng

nước BZ1168 / NZ1168
nước

nươm BZ1169 / NZ1169
nườm
nượm

nượp BZ1170 / NZ1170
nượp

nượt BZ1171 / NZ1171
nượt

nương BZ1172 / NZ1172
nương
nướng

NG, ng

nga BZ1173 / NZ1173
nga
ngá
ngà
ngả
ngã
ngạ

ngai BZ1174 / NZ1174
ngái
ngài
ngải
ngãi
ngại

ngao BZ1175 / NZ1175
ngao
ngáo
ngào
ngạo

ngau BZ1176 / NZ1176
ngáu

ngay BZ1177 / NZ1177
ngay
ngáy
ngày

ngac BZ1178 / NZ1178
ngác
ngạc

ngan BZ1179 / NZ1179
ngan
ngán
ngàn
ngạn

ngap BZ1180 / NZ1180
ngáp

ngat BZ1181 / NZ1181
ngát
ngạt

ngach BZ1182 / NZ1182
ngách
ngạch

ngang BZ1183 / NZ1183
ngang
ngáng
ngàng
ngảng
ngạng

nganh BZ1184 / NZ1184
ngánh
ngành
ngạnh

ngăc BZ1185 / NZ1185
ngắc
ngặc

ngăm BZ1186 / NZ1186
ngăm
ngắm

ngăn BZ1187 / NZ1187
ngăn
ngắn

ngăt BZ1188 / NZ1188
ngắt
ngặt

ngâu BZ1189 / NZ1189
ngâu
ngấu
ngầu

ngây BZ1190 / NZ1190
ngây
ngấy
ngầy
ngậy

ngâm BZ1191 / NZ1191
ngâm
ngấm
ngầm
ngẫm
ngậm

ngân BZ1192 / NZ1192
ngân
ngấn
ngần

ngâp BZ1193 / NZ1193
ngập

ngât BZ1194 / NZ1194
ngất

ngâng BZ1195 / NZ1195
ngẩng

ngo BZ1196 / NZ1196
ngó
ngò
ngỏ
ngõ
ngọ

ngoe BZ1197 / NZ1197
ngoe
ngóe

ngoi BZ1198 / NZ1198
ngoi
ngói
ngòi
ngỏi

ngoai BZ1199 / NZ1199
ngoai
ngoái
ngoài
ngoải
ngoại

ngoay BZ1200 / NZ1200
ngoáy
ngoạy

ngoc BZ1201 / NZ1201
ngóc
ngọc

ngom BZ1202 / NZ1202
ngòm
ngõm

ngon BZ1203 / NZ1203
ngon
ngón
ngọn

ngot BZ1204 / NZ1204
ngót
ngọt

ngong BZ1205 / NZ1205
ngóng
ngọng

ngoac BZ1206 / NZ1206
ngoác
ngoạc

ngoam BZ1207 / NZ1207
ngoam
ngoàm
ngoạm

ngoan BZ1208 / NZ1208
ngoan
ngoãn
ngoạn

ngô BZ1209 / NZ1209
ngô
ngố
ngổ
ngộ

ngôi BZ1210 / NZ1210
ngôi
ngồi
ngỗi

ngôc BZ1211 / NZ1211
ngốc
ngộc

ngôn BZ1212 / NZ1212
ngôn
ngốn

200

ngổn
ngộn

ngột BZ1213 / NZ1213
ngốt
ngột

ngông BZ1214 / NZ1214
ngông
ngồng
ngổng
ngỗng

ngơ BZ1215 / NZ1215
ngơ
ngớ
ngờ
ngỡ
ngợ

ngơi BZ1216 / NZ1216
ngơi
ngời
ngợi

ngơm BZ1217 / NZ1217
ngợm

ngơn BZ1218 / NZ1218
ngớn

ngơt BZ1219 / NZ1219
ngớt

ngu BZ1220 / NZ1220
ngu
ngủ
ngũ
ngụ

ngui BZ1221 / NZ1221
ngùi
ngủi
ngụi

nguy BZ1222 / NZ1222
nguy
ngụy

nguây BZ1223 / NZ1223
nguây

nguôi BZ1224 / NZ1224
nguôi
nguối
nguội

nguc BZ1225 / NZ1225
ngục

ngun BZ1226 / NZ1226
ngủn

ngung BZ1227 / NZ1227
ngùng

nguôn BZ1228 / NZ1228
nguồn

ngư BZ1229 / NZ1229
ngư
ngừ
ngữ
ngự

ngưa BZ1230 / NZ1230
ngứa
ngừa
ngửa
ngữa
ngựa

ngưi BZ1231 / NZ1231
ngưi
ngửi

ngươi BZ1232 / NZ1232
ngươi
người

ngưng BZ1233 / NZ1233
ngưng
ngừng

ngược BZ1234 / NZ1234
ngước
ngược

ngương BZ1235 / NZ1235
ngưỡng
ngượng

nghe BZ1236 / NZ1236
nghe
nghé

nghèo BZ1237 / NZ1237
nghèo

nghen BZ1238 / NZ1238
nghen
nghén
nghẽn
nghẹn

nghê BZ1239 / NZ1239
nghê
nghề
nghệ

nghêu BZ1240 / NZ1240
nghêu

nghêt BZ1241 / NZ1241
nghết
nghệt

nghêch BZ1242 / NZ1242
nghếch
nghệch

nghi BZ1243 / NZ1243
nghi
nghỉ
nghĩ
nghị

nghia BZ1244 / NZ1244
nghia
nghía
nghĩa

nghiêu BZ1245 / NZ1245
nghiêu

nghin BZ1246 / NZ1246
nghìn

nghit BZ1247 / NZ1247
nghịt

nghich BZ1248 / NZ1248
nghịch

nghiêm BZ1249 / NZ1249
nghiêm

nghiên BZ1250 / NZ1250
nghiến
nghiền
nghiễn
nghiện

越南語發音辭典 201

nghiêt BZ1251 / NZ1251
nghiết
nghiệt

NH, nh

nha BZ1252 / NZ1252
nha
nhá
nhà
nhả
nhã
nhạ

nhai BZ1253 / NZ1253
nhai
nhái
nhài
nhải
nhãi
nhại

nhao BZ1254 / NZ1254
nhao
nháo
nhào
nhão
nhạo

nhau BZ1255 / NZ1255
nhau
nhàu
nhảu

nhay BZ1256 / NZ1256
nháy
nhảy
nhạy

nhac BZ1257 / NZ1257
nhác
nhạc

nham BZ1258 / NZ1258
nhàm
nhảm

nhan BZ1259 / NZ1259
nhan
nhàn
nhản
nhãn
nhạn

nhap BZ1260 / NZ1260
nháp

nhat BZ1261 / NZ1261
nhát
nhạt

nhach BZ1262 / NZ1262
nhách
nhạch

nhang BZ1263 / NZ1263
nhang
nhàng

nhanh BZ1264 / NZ1264
nhanh
nhánh
nhành
nhảnh

nhăc BZ1265 / NZ1265
nhắc

nhăm BZ1266 / NZ1266
nhắm

nhằm

nhăn BZ1267 / NZ1267
nhăn
nhắn
nhằn
nhẵn
nhặn

nhăt BZ1268 / NZ1268
nhắt
nhặt

nhăng BZ1269 / NZ1269
nhăng
nhắng
nhằng

nhâu BZ1270 / NZ1270
nhậu

nhây BZ1271 / NZ1271
nhây
nhầy
nhẩy

nhâc BZ1272 / NZ1272
nhấc
nhậc

nhâm BZ1273 / NZ1273
nhâm
nhấm
nhầm
nhẫm
nhậm

nhân BZ1274 / NZ1274
nhân
nhấn
nhần

nhẫn
nhận

nhâp BZ1275 / NZ1275
nhấp
nhập

nhât BZ1276 / NZ1276
nhất
nhật

nhe BZ1277 / NZ1277
nhe
nhé
nhè
nhẻ
nhẽ
nhẹ

nheo BZ1278 / NZ1278
nheo
nhéo
nhèo
nhẽo

nhem BZ1279 / NZ1279
nhem
nhèm

nhen BZ1280 / NZ1280
nhen
nhén
nhẹn

nhep BZ1281 / NZ1281
nhép
nhẹp

nhet BZ1282 / NZ1282
nhét
nhẹt

nheng BZ1283 NZ1283
nhèng
nhẻng
nhẽng
nhẹng

nhê BZ1284 NZ1284
nhê
nhề
nhể
nhễ
nhệ

nhên BZ1285 NZ1285
nhện

nhêch BZ1286 NZ1286
nhếch
nhệch

nhi BZ1287 NZ1287
nhi
nhí
nhì
nhỉ
nhĩ
nhị

nhiu BZ1288 NZ1288
nhiu
nhíu
nhìu

nhiêu BZ1289 NZ1289
nhiêu
nhiều
nhiễu

nhim BZ1290 NZ1290
nhím

nhin BZ1291 NZ1291
nhìn
nhịn

nhip BZ1292 NZ1292
nhíp
nhịp

nhit BZ1293 NZ1293
nhít
nhịt

nhich BZ1294 NZ1294
nhích
nhịch

nhinh BZ1295 NZ1295
nhỉnh

nhiêm BZ1296 NZ1296
nhiễm
nhiệm

nhiên BZ1297 NZ1297
nhiên

nhiêt BZ1298 NZ1298
nhiệt

nho BZ1299 NZ1299
nho
nhỏ
nhọ

nhoa BZ1300 NZ1300
nhòa

nhoi BZ1301 NZ1301
nhoi
nhói

nhoai BZ1302 NZ1302
nhoái
nhoài

nhoc BZ1303 NZ1303
nhóc
nhọc

nhom BZ1304 NZ1304
nhom
nhóm
nhòm

nhon BZ1305 NZ1305
nhón
nhọn

nhot BZ1306 NZ1306
nhót
nhọt

nhong BZ1307 NZ1307
nhong
nhõng
nhọng

nhoam BZ1308 NZ1308
nhoam
nhoàm
nhoảm
nhoạm

nhoang BZ1309 NZ1309
nhoáng
nhoàng

nhô BZ1310 NZ1310
nhô
nhố
nhổ

nhôi BZ1311 NZ1311
nhôi
nhối
nhồi

nhôm BZ1312 NZ1312
nhôm
nhổm

nhôn BZ1313 NZ1313
nhốn
nhồn
nhổn
nhộn

nhôt BZ1314 NZ1314
nhốt
nhột

nhông BZ1315 NZ1315
nhông
nhổng
nhộng

nhơ BZ1316 NZ1316
nhơ
nhớ
nhờ
nhở
nhỡ
nhợ

nhơn BZ1317 NZ1317
nhơn
nhớn
nhờn
nhởn
nhợn

nhợp	nhuôc	**PH, ph**	phạn
nhớp	nhuốc	pha	phap
nhợt	nhuôm	pha	pháp
nhợt	nhuốm	phá	phat
nhu	nhuộm	phà	phát
nhu	như	phả	phạt
nhú	như	phạ	phach
nhù	nhứ	phai	phách
nhủ	nhừ	phai	phạch
nhũ	nhử	phái	phang
nhuê	nhưa	phải	phang
nhuệ	nhựa	phao	phàng
nhui	nhươi	phao	phẳng
nhụi	nhượi	pháo	phanh
nhuc	nhưc	phào	phanh
nhúc	nhức	phau	phành
nhục	nhưt	phau	phăn
nhum	nhựt	phàu	phắn
nhúm	nhưng	phay	phăt
nhun	nhưng	phay	phắt
nhún	những	pháy	phăng
nhùn	nhược	phac	phăng
nhủn	nhược	phác	phẳng
nhũn	nhươn	phạc	phâu
nhụn	nhướn	pham	phẫu
nhut	nhương	phàm	phây
nhút	nhương	phạm	phây
nhụt	nhường	phan	phấy
nhung	nhượng	phan	phẩy
nhung		phán	phâm
nhúng		phàn	phẩm
		phản	

204

phân
phân
phấn
phần
phẫn
phận

phâp
phấp
phập

phât
phất
phật

phe
phe
phé
phè

pheo
phèo

phen
phen
phén
phèn

phep
phép

phet
phét

pheng
pheng
phéng

phê
phê
phế

phệ

phêu
phều
phễu

phêt
phết
phệt

phêch
phếch

phênh
phềnh

phi
phi
phí
phì
phỉ
phị

phia
phía

phiu
phịu

phiêu
phiêu
phiếu

phim
phim
phím

phin
phin

phich
phích

phịch

phinh
phính
phình

phiêm
phiếm

phiên
phiên
phiến
phiền
phiện

phiêt
phiệt

pho
pho
phó
phò

phoi
phòi

phom
phom
phỏm

phot
phót
phọt

phong
phong
phóng
phòng
phỏng

phô
phô

phố
phổ

phôi
phôi
phối
phổi

phôn
phôn
phồn

phôp
phốp

phông
phông
phồng
phổng
phỗng
phộng

phơ
phơ
phớ
phờ
phở

phơi
phơi
phới
phời

phơn
phởn
phỡn

phơt
phớt
phợt

phu
phu
phú
phù
phủ
phũ
phụ

phui
phui
phủi

phuc
phúc
phục

phun
phun
phún
phùn

phut
phút

phung
phùng
phụng

phưc
phức
phực

phưt
phựt

phươc
phước

phươt
phượt

phương
phương
phường
phượng

QU, qu

qua
qua
quá
quà
quả
quạ

quai
quai
quái
quải
quại

quay
quay
quãy
quạy

quac
quác
quạc

quan
quan
quán
quàn
quản

quat
quát
quạt

quach
quách
quạch

quang
quang
quáng
quàng
quảng
quãng

quanh
quanh
quánh
quạnh

quăc
quắc
quặc

quăm
quăm
quắm

quăn
quăn
quắn
quằn
quặn

quăp
quắp
quặp

quăt
quắt
quặt

quăng
quăng
quằng
quẳng
quặng

quây
quây
quấy
quầy
quẩy
quẫy
quậy

quân
quân
quấn
quần
quẩn
quẫn
quận

quât
quất
quật

quâng
quâng
quầng

que
que
qué
què
quẻ

queo
queo
quéo
quẹo

206

quen BZ1429/NZ1429
quen
quèn

quet BZ1430/NZ1430
quét
quẹt

quê BZ1431/NZ1431
quê
quế

quên BZ1432/NZ1432
quên

quêt BZ1433/NZ1433
quết

qui BZ1434/NZ1434
qui
quí
quì
quỉ
quĩ
quị

quy BZ1435/NZ1435
quy
quý
quỳ
quỷ
quỹ
quỵ

quyt BZ1436/NZ1436
quýt
quyt

quyên BZ1437/NZ1437
quyên
quyến
quyền
quyển
quyện

quyêt BZ1438/NZ1438
quyết
quyệt

quynh BZ1439/NZ1439
quỳnh

R, r

ra BZ1440/NZ1440
ra
rá
rà
rả
rã
rạ

rai BZ1441/NZ1441
rai
rái
rài
rải
rãi
rại

rao BZ1442/NZ1442
rao
ráo
rào
rảo
rạo

rau BZ1443/NZ1443
rau

ray BZ1444/NZ1444
ray
ráy
rày

rac BZ1445/NZ1445
rác
rạc

ram BZ1446/NZ1446
ram
rám
rạm

ran BZ1447/NZ1447
rán
rạn

rap BZ1448/NZ1448
ráp
rạp

rat BZ1449/NZ1449
rát
rạt

rach BZ1450/NZ1450
rách
rạch

rang BZ1451/NZ1451
rang
ráng
ràng
rạng

ranh BZ1452/NZ1452
ranh
rành
rảnh
rãnh

răc BZ1453/NZ1453
rắc

răm BZ1454/NZ1454
rắm
rằm

răn BZ1455/NZ1455
răn
rắn
rằn

răp BZ1456/NZ1456
rắp
rặp

răng BZ1457/NZ1457
răng
rằng
rặng

râu BZ1458/NZ1458
râu

rây BZ1459/NZ1459
rầy
rẫy

râm BZ1460/NZ1460
râm
rầm
rậm

rân BZ1461/NZ1461
rần
rận

rập BZ1462/NZ1462
rập

rât BZ1463 / NZ1463
rất

re BZ1464 / NZ1464
re
ré
rè
rẻ
rẽ

reo BZ1465 / NZ1465
reo
réo

rem BZ1466 / NZ1466
rém
rèm

ren BZ1467 / NZ1467
rén
rèn

ret BZ1468 / NZ1468
rét

reng BZ1469 / NZ1469
reng

rêu BZ1470 / NZ1470
rêu

rên BZ1471 / NZ1471
rên

rêp BZ1472 / NZ1472
rệp

rêt BZ1473 / NZ1473
rết

ri BZ1474 / NZ1474
ri
rí
rì
rỉ

ria BZ1475 / NZ1475
ria
rìa
rỉa

riu BZ1476 / NZ1476
ríu
rìu

riêu BZ1477 / NZ1477
riêu

rim BZ1478 / NZ1478
rim

rin BZ1479 / NZ1479
rịn

rit BZ1480 / NZ1480
rít
rịt

rich BZ1481 / NZ1481
rích
rịch

riêng BZ1482 / NZ1482
riêng
riềng

ro BZ1483 / NZ1483
ro
rò
rõ
rọ

roc BZ1484 / NZ1484
róc
rọc

rom BZ1485 / NZ1485
róm

ron BZ1486 / NZ1486
rón

rot BZ1487 / NZ1487
rót

rong BZ1488 / NZ1488
rong
ròng

rô BZ1489 / NZ1489
rô
rồ
rổ
rỗ
rộ

rôi BZ1490 / NZ1490
rối
rồi
rỗi

rôc BZ1491 / NZ1491
rốc
rộc

rôm BZ1492 / NZ1492
rôm

rôn BZ1493 / NZ1493
rốn
rộn

rôp BZ1494 / NZ1494
rốp
rộp

rôt BZ1495 / NZ1495
rốt
rột

rông BZ1496 / NZ1496
rông
rống
rồng
rỗng
rộng

rơ BZ1497 / NZ1497
rớ
rờ
rỡ
rợ

rơi BZ1498 / NZ1498
rơi

rơm BZ1499 / NZ1499
rơm
rớm

rơn BZ1500 / NZ1500
ròn
rởn
rợn

rơp BZ1501 / NZ1501
rợp

rơt BZ1502 / NZ1502
rớt

ru BZ1503 / NZ1503
ru
rú
rù
rủ

208

rũ

rua BZ1504 NZ1504
rua
rúa
rùa
rủa
rũa

rui BZ1505 NZ1505
rùi
rủi
rụi

ruôi BZ1506 NZ1506
ruối
ruồi

ruc BZ1507 NZ1507
rúc

run BZ1508 NZ1508
run
rủn

rut BZ1509 NZ1509
rút
rụt

rung BZ1510 NZ1510
rung
rùng
rụng

ruôc BZ1511 NZ1511
ruốc
ruộc

ruôt BZ1512 NZ1512
ruột

ruông BZ1513 NZ1513
ruồng
ruộng

rưa BZ1514 NZ1514
rứa
rửa

rươi BZ1515 NZ1515
rưỡi
rượi

rươu BZ1516 NZ1516
rượu

rưc BZ1517 NZ1517
rực

rưt BZ1518 NZ1518
rứt

rưng BZ1519 NZ1519
rưng
rừng

rươc BZ1520 NZ1520
rước

rươm BZ1521 NZ1521
rươm
rướm
rườm

rươn BZ1522 NZ1522
rướn

rươt BZ1523 NZ1523
rượt

S, s

sa BZ1524 NZ1524
sa
sá
sà
sả
sạ

sai BZ1525 NZ1525
sai
sái
sài

sao BZ1526 NZ1526
sao
sáo
sào
sảo

sau BZ1527 NZ1527
sau
sáu

say BZ1528 NZ1528
say
sảy

sac BZ1529 NZ1529
sạc

sam BZ1530 NZ1530
sam
sàm
sạm

san BZ1531 NZ1531
sán
sàn
sản

sạn

sap BZ1532 NZ1532
sáp
sạp

sat BZ1533 NZ1533
sát
sạt

sach BZ1534 NZ1534
sách
sạch

sang BZ1535 NZ1535
sang
sáng
sàng
sảng

sanh BZ1536 NZ1536
sanh
sánh
sành
sảnh

săc BZ1537 NZ1537
sắc
sặc

săm BZ1538 NZ1538
săm
sắm

săn BZ1539 NZ1539
săn
sắn
sẵn

săp BZ1540 NZ1540
sắp

săt BZ1541 NZ1541
sắt
săng BZ1542 NZ1542
sắng
sâu BZ1543 NZ1543
sâu
sấu
sầu
sậu
sây BZ1544 NZ1544
sây
sấy
sầy
sẩy
sâc BZ1545 NZ1545
sắc
sâm BZ1546 NZ1546
sâm
sấm
sầm
sẩm
sẫm
sậm
sân BZ1547 NZ1547
sân
sấn
sần
sâp BZ1548 NZ1548
sắp
sập
sât BZ1549 NZ1549
sất

sật
se BZ1550 NZ1550
se
sè
sẻ
sẽ
seo BZ1551 NZ1551
sẹo
sec BZ1552 NZ1552
séc
sen BZ1553 NZ1553
sen
set BZ1554 NZ1554
sét
sêu BZ1555 NZ1555
sếu
sên BZ1556 NZ1556
sên
sến
sêp BZ1557 NZ1557
sếp
sêt BZ1558 NZ1558
sệt
sênh BZ1559 NZ1559
sênh
si BZ1560 NZ1560
si
sỉ
sĩ
siu BZ1561 NZ1561
siu

siêu BZ1562 NZ1562
siêu
sim BZ1563 NZ1563
sim
sip BZ1564 NZ1564
sip
sit BZ1565 NZ1565
sít
sịt
sinh BZ1566 NZ1566
sinh
sính
siêm BZ1567 NZ1567
siêm
siêt BZ1568 NZ1568
siết
siêng BZ1569 NZ1569
siêng
so BZ1570 NZ1570
so
sò
sỏ
sọ
soi BZ1571 NZ1571
soi
sói
sỏi
soai BZ1572 NZ1572
soái
soc BZ1573 NZ1573
sóc

sọc
son BZ1574 NZ1574
son
sop BZ1575 NZ1575
sóp
sọp
sot BZ1576 NZ1576
sót
sọt
song BZ1577 NZ1577
song
sóng
sòng
soan BZ1578 NZ1578
soán
soạn
soat BZ1579 NZ1579
soát
soạt
soang BZ1580 NZ1580
soang
sô BZ1581 NZ1581
sô
số
sồ
sổ
sỗ
sộ
sôi BZ1582 NZ1582
sôi
sôc BZ1583 NZ1583
sốc

210

sôp BZ1584 NZ1584
sộp

sôt BZ1585 NZ1585
sốt
sột

sông BZ1586 NZ1586
sông
sống
sồng

sơ BZ1587 NZ1587
sơ
sớ
sờ
sở
sợ

sơi BZ1588 NZ1588
sởi
sợi

sơm BZ1589 NZ1589
sớm

sơn BZ1590 NZ1590
sơn
sờn

su BZ1591 NZ1591
su
sú
sù
sụ

sua BZ1592 NZ1592
sủa
sụa

suê BZ1593 NZ1593
suê

sui BZ1594 NZ1594
sùi
sủi
sụi

suy BZ1595 NZ1595
suy

suôi BZ1596 NZ1596
suôi
suối

suc BZ1597 NZ1597
súc
sục

sum BZ1598 NZ1598
sum
súm
sùm

sun BZ1599 NZ1599
sun
sún
sụn

sup BZ1600 NZ1600
súp
sụp

sut BZ1601 NZ1601
sút
sụt

sung BZ1602 NZ1602
sung
súng
sùng
sủng
sũng
sụng

suôt BZ1603 NZ1603
suốt

suông BZ1604 NZ1604
suông
suồng

sư BZ1605 NZ1605
sư
sứ
sử
sự

sưa BZ1606 NZ1606
sứa
sửa
sữa

sưu BZ1607 NZ1607
sưu
sửu

sưc BZ1608 NZ1608
sức
sực

sưt BZ1609 NZ1609
sứt
sựt

sưng BZ1610 NZ1610
sưng
sừng
sửng
sững
sựng

sươn BZ1611 NZ1611
sườn

sương BZ1612 NZ1612
sương
sướng
sượng

sy BZ1613 NZ1613
sỹ

T, t

ta BZ1614 NZ1614
ta
tá
tà
tả
tã
tạ

tai BZ1615 NZ1615
tai
tái
tài
tải
tại

tao BZ1616 NZ1616
tao
táo
tào
tảo
tạo

tau BZ1617 NZ1617
tau
táu
tàu

越南語發音辭典 211

tay
tay
táy
tày

tac
tác
tạc

tam
tam
tám
tàm
tạm

tan
tan
tán
tàn
tản

tap
táp
tạp

tat
tát
tạt

tach
tách
tạch

tang
tang
táng
tàng
tảng
tạng

tanh
tanh
tánh
tành
tạnh

tăc
tắc
tặc

tăm
tăm
tắm
tằm

tăn
tăn
tắn

tăp
tắp

tăt
tắt

tăng
tăng
tằng
tặng

tâu
tâu
tấu
tẩu
tậu

tây
tây
tấy
tầy

tâc
tấc
tậc

tâm
tâm
tấm
tầm
tẩm

tân
tân
tấn
tần
tẩn
tận

tâp
tấp
tập

tât
tất
tật

tâng
tâng
tầng

te
te
té
tè
tẻ

teo
teo
tèo
tẹo

tem
tem

ten
ten

tep
tép

tet
tét
tẹt

teng
teng
téng
tèng

tê
tê
tế
tề
tể
tễ
tệ

têu
têu
tếu

têm
têm

tên
tên

têp
tệp

têt
tết

tênh
tênh
tềnh
tễnh

ti
ti
tí
tì
tỉ
tĩ
tị

tia
tia
tía
tỉa

tiu
tĩu

tiêu
tiêu
tiếu
tiều
tiểu

tim
tim
tím
tìm
tỉm

tin
tin
tín

tip
típ
tịp

tit
tít
tịt

tich
tích
tịch

tinh
tinh
tính
tình
tỉnh
tĩnh
tịnh

tiêm
tiêm
tiềm
tiệm

tiên
tiên
tiến
tiền
tiễn
tiện

tiêt
tiết
tiệt

tiêng
tiếng

to
to
tò
tỏ
tọ

toa
toa
tòa
tỏa
tọa

toe
toe
tóe

toi
toi
tòi
tỏi

toc
tóc
tọc

tom
tóm
tỏm

ton
ton

top
tóp

tot
tót
tọt

tong
tong
tòng

toac
toác
toạc

toan
toan
toán
toàn
toản

toat
toát

toach
toạch

tô
tô
tố
tồ
tổ
tộ

tôi
tôi
tối
tồi
tội

tôc
tốc
tộc

tôm
tôm

tôn
tôn
tốn
tồn
tổn

tôp
tốp

tôt BZ1689 NZ1689
tốt
tột

tông BZ1690 NZ1690
tông
tống
tồng
tổng

tơ BZ1691 NZ1691
tơ
tớ
tờ

tơi BZ1692 NZ1692
tơi
tới

tơm BZ1693 NZ1693
tởm

tơn BZ1694 NZ1694
tơn
tớn
tợn

tu BZ1695 NZ1695
tu
tú
tù
tủ
tụ

tua BZ1696 NZ1696
tua
tủa

tuê BZ1697 NZ1697
tuế

tuệ

tui BZ1698 NZ1698
tui
túi
tủi
tụi

tuy BZ1699 NZ1699
tuy
túy
tùy
tủy
tụy

tuôi BZ1700 NZ1700
tuổi

tuc BZ1701 NZ1701
túc
tục

tum BZ1702 NZ1702
túm
tùm
tủm
tụm

tun BZ1703 NZ1703
tun
tún
tùn
tủn
tũn

tup BZ1704 NZ1704
túp
tụp

tut BZ1705 NZ1705
tút

tụt

tung BZ1706 NZ1706
tung
túng
tùng
tụng

tuôc BZ1707 NZ1707
tuộc

tuôn BZ1708 NZ1708
tuôn
tuồn

tuôt BZ1709 NZ1709
tuốt
tuột

tuông BZ1710 NZ1710
tuông
tuồng

tư BZ1711 NZ1711
tư
tứ
từ
tử
tự

tưa BZ1712 NZ1712
tứa
tựa

tươi BZ1713 NZ1713
tươi
tưới
tưởi

tức BZ1714 NZ1714
tức

tưng BZ1715 NZ1715
tưng
tứng
từng

tước BZ1716 NZ1716
tước
tược

tươm BZ1717 NZ1717
tươm

tướt BZ1718 NZ1718
tướt
tượt

tương BZ1719 NZ1719
tương
tướng
tường
tưởng
tượng

ty BZ1720 NZ1720
ty
tý
tỳ
tỷ
tỹ
tỵ

TH, th

tha BZ1721 NZ1721
tha
thá
thà
thả

thai BZ1722 NZ1722
thai
thái
thải
thãi

thao BZ1723 NZ1723
thao
tháo
thào
thảo
thạo

thau BZ1724 NZ1724
thau

thay BZ1725 NZ1725
thay
thảy

thac BZ1726 NZ1726
thác
thạc

tham BZ1727 NZ1727
tham
thám
thảm

than BZ1728 NZ1728
than
thán
thản

thap BZ1729 NZ1729
tháp

that BZ1730 NZ1730
thát

thach BZ1731 NZ1731
thách
thạch

thang BZ1732 NZ1732
thang
tháng

thanh BZ1733 NZ1733
thanh
thánh
thành
thảnh
thạnh

thăm BZ1734 NZ1734
thăm
thắm
thằm
thẳm

thăn BZ1735 NZ1735
thăn
thắn
thằn
thẳn

thăp BZ1736 NZ1736
thắp

thăt BZ1737 NZ1737
thắt

thăng BZ1738 NZ1738
thăng
thắng
thằng
thẳng

thâu BZ1739 NZ1739
thâu
thấu
thầu

thây BZ1740 NZ1740
thây
thấy
thầy
thẩy

thâm BZ1741 NZ1741
thâm
thấm
thầm
thẩm
thẫm
thậm

thân BZ1742 NZ1742
thân
thần
thẩn
thẫn
thận

thâp BZ1743 NZ1743
thấp
thập

thât BZ1744 NZ1744
thất
thật

the BZ1745 NZ1745
the
thé
thè
thẻ

theo BZ1746 NZ1746
theo
thẹo

them BZ1747 NZ1747
thèm

then BZ1748 NZ1748
then
thẹn

thep BZ1749 NZ1749
thép

thet BZ1750 NZ1750
thét

thê BZ1751 NZ1751
thê
thế
thề
thể
thệ

thêu BZ1752 NZ1752
thêu
thều

thêm BZ1753 NZ1753
thêm
thềm

thêch BZ1754 NZ1754
thếch

thênh BZ1755 NZ1755
thênh

thi BZ1756 NZ1756
thi
thí

thì
thỉ
thị

thia BZ1757 NZ1757
thía
thìa

thiu BZ1758 NZ1758
thiu

thiêu BZ1759 NZ1759
thiêu
thiếu
thiều
thiểu
thiệu

thim BZ1760 NZ1760
thím

thin BZ1761 NZ1761
thin
thín
thìn

thit BZ1762 NZ1762
thít
thịt

thich BZ1763 NZ1763
thích

thinh BZ1764 NZ1764
thinh
thính
thình
thỉnh
thịnh

thiên BZ1765 NZ1765
thiên
thiến
thiền
thiển
thiện

thiêt BZ1766 NZ1766
thiết
thiệt

thiêng BZ1767 NZ1767
thiêng

tho BZ1768 NZ1768
tho
thó
thò
thỏ
thọ

thoa BZ1769 NZ1769
thoa
thỏa
thõa

thoi BZ1770 NZ1770
thoi
thói
thòi
thỏi

thoai BZ1771 NZ1771
thoái
thoải
thoại

thoc BZ1772 NZ1772
thóc
thọc

thom BZ1773 NZ1773
thòm
thỏm
thõm

thon BZ1774 NZ1774
thon

thop BZ1775 NZ1775
thóp
thọp

thot BZ1776 NZ1776
thót
thọt

thong BZ1777 NZ1777
thong
thòng

thoat BZ1778 NZ1778
thoát
thoạt

thoang BZ1779 NZ1779
thoang
thoáng
thoảng

thô BZ1780 NZ1780
thô
thố
thồ
thổ
thộ

thôi BZ1781 NZ1781
thôi
thối
thổi

thôc BZ1782 NZ1782
thốc

thôn BZ1783 NZ1783
thôn
thốn
thổn
thộn

thôt BZ1784 NZ1784
thốt
thột

thông BZ1785 NZ1785
thông
thống

thơ BZ1786 NZ1786
thơ
thớ
thờ
thở
thợ

thơi BZ1787 NZ1787
thơi
thới
thời

thơm BZ1788 NZ1788
thơm

thơn BZ1789 NZ1789
thơn
thớn

thơt BZ1790 NZ1790
thớt

thu BZ1791 NZ1791
thu

thú
thù
thủ
thụ

thua BZ1792 NZ1792
thua

thuê BZ1793 NZ1793
thuê
thuế

thuy BZ1794 NZ1794
thúy
thùy
thủy
thụy

thuc BZ1795 NZ1795
thúc
thục

thum BZ1796 NZ1796
thum
thúm
thủm
thụm

thun BZ1797 NZ1797
thun
thún

thut BZ1798 NZ1798
thút
thụt

thung BZ1799 NZ1799
thung
thúng
thùng
thủng

thũng
thụng

thuôc BZ1800 NZ1800
thuốc
thuộc

thuôn BZ1801 NZ1801
thuôn

thuông BZ1802 NZ1802
thuồng
thuổng

thư BZ1803 NZ1803
thư
thứ
thừ
thử
thự

thưa BZ1804 NZ1804
thưa
thừa
thửa

thức BZ1805 NZ1805
thức
thực

thưng BZ1806 NZ1806
thừng

thước BZ1807 NZ1807
thước

thươt BZ1808 NZ1808
thướt
thượt

thương BZ1809 NZ1809
thương

thường
thưởng
thượng

TR, tr

tra BZ1810 NZ1810
tra
trá
trà
trả

trai BZ1811 NZ1811
trai
trái
trải
trãi
trại

trao BZ1812 NZ1812
trao
tráo
trào

trau BZ1813 NZ1813
trau

trac BZ1814 NZ1814
trác
trạc

tram BZ1815 NZ1815
trám
tràm
trảm
trạm

tran BZ1816 NZ1816
tran
trán

tràn

trap BZ1817 NZ1817
tráp

trat BZ1818 NZ1818
trát

trach BZ1819 NZ1819
trách
trạch

trang BZ1820 NZ1820
trang
tráng
tràng
trạng

tranh BZ1821 NZ1821
tranh
tránh

trăc BZ1822 NZ1822
trắc
trặc

trăm BZ1823 NZ1823
trăm

trăn BZ1824 NZ1824
trăn

trăng BZ1825 NZ1825
trăng
trắng

trâu BZ1826 NZ1826
trâu
trấu
trầu
trẩu

trây BZ1827 / NZ1827
trây
trấy
trầy
trẩy

trâm BZ1828 / NZ1828
trâm
trầm
trẫm

trân BZ1829 / NZ1829
trân
trấn
trần
trận

trât BZ1830 / NZ1830
trất
trật

tre BZ1831 / NZ1831
tre
trẻ

treo BZ1832 / NZ1832
treo
trèo
trẻo
trẹo

tren BZ1833 / NZ1833
tren
trèn
trẽn

trê BZ1834 / NZ1834
trê
trề
trễ

trệ

trêu BZ1835 / NZ1835
trêu

trêm BZ1836 / NZ1836
trễm

trên BZ1837 / NZ1837
trên

trêt BZ1838 / NZ1838
trẹt

trêch BZ1839 / NZ1839
trếch
trệch

tri BZ1840 / NZ1840
tri
trí
trì
trỉ
trĩ
trị

tria BZ1841 / NZ1841
trịa

triu BZ1842 / NZ1842
trìu
trĩu

triêu BZ1843 / NZ1843
triều
triệu

trich BZ1844 / NZ1844
trích

trinh BZ1845 / NZ1845
trinh

trình
trịnh

triên BZ1846 / NZ1846
triền
triển

triêt BZ1847 / NZ1847
triết
triệt

tro BZ1848 / NZ1848
tro
trò
trỏ
trọ

troi BZ1849 / NZ1849
trói
trọi

troc BZ1850 / NZ1850
tróc
trọc

tron BZ1851 / NZ1851
tròn
trọn

trot BZ1852 / NZ1852
trót
trọt

trong BZ1853 / NZ1853
trong
tròng
trọng

trô BZ1854 / NZ1854
trô
trố

trồ
trổ

trôi BZ1855 / NZ1855
trôi
trồi
trỗi
trội

trôm BZ1856 / NZ1856
trộm

trôn BZ1857 / NZ1857
trôn
trốn
trộn

trông BZ1858 / NZ1858
trông
trống
trồng

trơ BZ1859 / NZ1859
trơ
trớ
trở
trợ

trơi BZ1860 / NZ1860
trời

trơn BZ1861 / NZ1861
trơn
trớn
trợn

trơt BZ1862 / NZ1862
trớt
trợt

tru BZ1863 / NZ1863
tru
trú
trù
trũ
trụ

truy BZ1864 / NZ1864
truy
trụy

truc BZ1865 / NZ1865
trúc
trục

trum BZ1866 / NZ1866
trum
trùm

trut BZ1867 / NZ1867
trút

trung BZ1868 / NZ1868
trung
trúng
trùng
trũng
trụng

truôn BZ1869 / NZ1869
truồn

trư BZ1870 / NZ1870
trư
trứ
trừ
trữ

trưa BZ1871 / NZ1871
trưa

trưu BZ1872 / NZ1872
trừu

trươi BZ1873 / NZ1873
trượi

trực BZ1874 / NZ1874
trực

trưng BZ1875 / NZ1875
trưng
trứng
trừng

trước BZ1876 / NZ1876
trước
trược

trươm BZ1877 / NZ1877
trườm

trươn BZ1878 / NZ1878
trườn

trượt BZ1879 / NZ1879
trượt

trương BZ1880 / NZ1880
trương
trướng
trường
trưởng
trượng

V, v

va BZ1881 / NZ1881
va
vá
và
vả
vã
vạ

vai BZ1882 / NZ1882
vai
vái
vài
vải
vãi
vại

vay BZ1883 / NZ1883
vay
váy
vảy
vãy
vạy

vac BZ1884 / NZ1884
vác
vạc

vam BZ1885 / NZ1885
vạm

van BZ1886 / NZ1886
van
ván
vàn
vãn
vạn

vat BZ1887 / NZ1887
vát
vạt

vach BZ1888 / NZ1888
vách
vạch

vang BZ1889 / NZ1889
vang
váng
vàng
vãng
vạng

vanh BZ1890 / NZ1890
vanh
vánh
vành
vảnh
vạnh

văc BZ1891 / NZ1891
vặc

văn BZ1892 / NZ1892
văn
vắn
vằn
vẳn
vẵn
vặn

văt BZ1893 / NZ1893
vắt
vặt

văng BZ1894 / NZ1894
văng
vắng
vằng
vẵng
vặng

vâu BZ1895 / NZ1895
vâu
vấu

vầu
vầu

vây BZ1896/NZ1896
vây
vấy
vầy
vẩy
vẫy
vậy

vân BZ1897/NZ1897
vân
vấn
vần
vẩn
vẫn
vận

vât BZ1898/NZ1898
vất
vật

vâng BZ1899/NZ1899
vâng
vầng

ve BZ1900/NZ1900
ve
vé
về
vẻ
vẽ

veo BZ1901/NZ1901
veo
véo
vèo
vẹo

ven BZ1902/NZ1902
ven
vén
vẻn
vẹn

vet BZ1903/NZ1903
vét
vẹt

vê BZ1904/NZ1904
vê
vế
về
vệ

vêu BZ1905/NZ1905
vêu
vếu
vều

vêt BZ1906/NZ1906
vết
vệt

vêch BZ1907/NZ1907
vếch

vênh BZ1908/NZ1908
vênh
vếnh
vềnh
vểnh

vi BZ1909/NZ1909
vi
ví
vì
vỉ
vĩ

vị

via BZ1910/NZ1910
vía
vìa
vỉa

viu BZ1911/NZ1911
vìu
vịu

vin BZ1912/NZ1912
vịn

vip BZ1913/NZ1913
víp

vit BZ1914/NZ1914
vít
vịt

vinh BZ1915/NZ1915
vinh
vĩnh
vịnh

viêm BZ1916/NZ1916
viêm

viên BZ1917/NZ1917
viên
viền
viển
viễn
viện

việt BZ1918/NZ1918
viết
việt

viêng BZ1919/NZ1919
viếng

vo BZ1920/NZ1920
vo
vó
vò
vỏ
võ
vọ

voi BZ1921/NZ1921
voi
vòi

voc BZ1922/NZ1922
vóc
vọc

vom BZ1923/NZ1923
vom
vòm

von BZ1924/NZ1924
von
vón
vỏn

vot BZ1925/NZ1925
vót
vọt

vong BZ1926/NZ1926
vong
vòng
vỏng
võng
vọng

voan BZ1927/NZ1927
voan

vô BZ1928 / NZ1928
vô
vố
vồ
vỗ

vôi BZ1929 / NZ1929
vôi
vối
vội

vôc BZ1930 / NZ1930
vốc
vộc

vôn BZ1931 / NZ1931
vốn
vồn

vông BZ1932 / NZ1932
vông
vồng

vơ BZ1933 / NZ1933
vơ
vớ
vờ
vở
vỡ
vợ

vơi BZ1934 / NZ1934
vơi
với
vời

vơn BZ1935 / NZ1935
vớn
vờn
vởn

vợt BZ1936 / NZ1936
vớt
vợt

vu BZ1937 / NZ1937
vu
vú
vù
vũ
vụ

vua BZ1938 / NZ1938
vua

vui BZ1939 / NZ1939
vui
vùi

vun BZ1940 / NZ1940
vun
vùn
vụn

vut BZ1941 / NZ1941
vút
vụt

vung BZ1942 / NZ1942
vung
vùng
vũng
vụng

vuôt BZ1943 / NZ1943
vuốt
vuột

vưa BZ1944 / NZ1944
vừa
vữa
vựa

vực BZ1945 / NZ1945
vực

vứt BZ1946 / NZ1946
vứt
vựt

vưng BZ1947 / NZ1947
vừng
vững
vựng

vươn BZ1948 / NZ1948
vươn
vướn
vườn
vượn

vượt BZ1949 / NZ1949
vượt

vương BZ1950 / NZ1950
vương
vướng
vượng

vy BZ1951 / NZ1951
vy
vỹ

X, x

xa BZ1952 / NZ1952
xa
xá
xà
xả
xã

xạ

xai BZ1953 / NZ1953
xài

xao BZ1954 / NZ1954
xao
xáo
xào
xảo
xạo

xay BZ1955 / NZ1955
xay
xảy

xac BZ1956 / NZ1956
xác
xạc

xam BZ1957 / NZ1957
xam
xám
xàm

xan BZ1958 / NZ1958
xán

xap BZ1959 / NZ1959
xáp

xat BZ1960 / NZ1960
xát
xạt

xach BZ1961 / NZ1961
xách

xanh BZ1962 / NZ1962
xanh

越南語發音辭典 221

xăn BZ1963 NZ1963
xắn

xăng BZ1964 NZ1964
xăng

xâu BZ1965 NZ1965
xấu

xây BZ1966 NZ1966
xây
xẩy

xâc BZ1967 NZ1967
xấc

xâm BZ1968 NZ1968
xẩm
xãm
xậm

xâp BZ1969 NZ1969
xấp
xập

xât BZ1970 NZ1970
xất
xật

xe BZ1971 NZ1971
xe
xé
xè
xẻ

xeo BZ1972 NZ1972
xéo
xèo
xẻo

xec BZ1973 NZ1973
xéc

xem BZ1974 NZ1974
xem
xém
xẹm

xen BZ1975 NZ1975
xen
xén

xep BZ1976 NZ1976
xẹp

xet BZ1977 NZ1977
xét
xẹt

xeng BZ1978 NZ1978
xèng
xẻng

xê BZ1979 NZ1979
xê
xế
xề
xệ

xêp BZ1980 NZ1980
xếp

xêch BZ1981 NZ1981
xếch
xệch

xi BZ1982 NZ1982
xi
xí
xì
xỉ

xĩ
xị

xia BZ1983 NZ1983
xía
xỉa

xiu BZ1984 NZ1984
xiu
xíu
xìu
xỉu

xiêu BZ1985 NZ1985
xiêu

xin BZ1986 NZ1986
xin
xỉn
xịn

xit BZ1987 NZ1987
xít
xịt

xich BZ1988 NZ1988
xích
xịch

xinh BZ1989 NZ1989
xinh
xính

xiêm BZ1990 NZ1990
xiêm

xiên BZ1991 NZ1991
xiên
xiền

xo BZ1992 NZ1992
xo

xó
xỏ
xọ

xoa BZ1993 NZ1993
xoa
xóa
xòa
xõa

xoe BZ1994 NZ1994
xòe

xoai BZ1995 NZ1995
xoài

xoay BZ1996 NZ1996
xoay
xoáy

xom BZ1997 NZ1997
xóm

xon BZ1998 NZ1998
xón
xọn

xop BZ1999 NZ1999
xóp
xọp

xot BZ2000 NZ2000
xót

xong BZ2001 NZ2001
xong

xoac BZ2002 NZ2002
xoạc

xoan BZ2003 NZ2003
xoan

xoàn

xoat BZ2004 NZ2004
xoạt

xoach BZ2005 NZ2005
xoách
xoạch

xoang BZ2006 NZ2006
xoang
xoàng
xoảng
xoạng

xô BZ2007 NZ2007
xô
xố
xồ
xổ
xỗ

xôi BZ2008 NZ2008
xôi
xối
xổi

xôc BZ2009 NZ2009
xốc
xộc

xôm BZ2010 NZ2010
xồm
xổm

xôn BZ2011 NZ2011
xôn
xốn

xôp BZ2012 NZ2012
xốp

xộp

xôt BZ2013 NZ2013
xột

xông BZ2014 NZ2014
xông
xống
xổng

xơ BZ2015 NZ2015
xơ
xớ

xơi BZ2016 NZ2016
xơi
xới
xời
xởi

xơn BZ2017 NZ2017
xớn
xờn

xơt BZ2018 NZ2018
xớt

xu BZ2019 NZ2019
xu
xú
xù

xua BZ2020 NZ2020
xua

xui BZ2021 NZ2021
xui
xúi

xuôi BZ2022 NZ2022
xuôi

xuc BZ2023 NZ2023
xúc
xục

xum BZ2024 NZ2024
xúm

xut BZ2025 NZ2025
xút
xụt

xung BZ2026 NZ2026
xung

xuông BZ2027 NZ2027
xuông
xuống
xuồng

xư BZ2028 NZ2028
xư
xứ
xừ
xử

xưa BZ2029 NZ2029
xưa
xửa

xươi BZ2030 NZ2030
xượi

xưc BZ2031 NZ2031
xức
xực

xưn BZ2032 NZ2032
xưn

xưng BZ2033 NZ2033
xưng

xứng

xươc BZ2034 NZ2034
xước
xược

xươt BZ2035 NZ2035
xướt
xượt

xương BZ2036 NZ2036
xương
xướng
xưởng
xượng

台灣廣廈 國際出版集團
Taiwan Mansion International Group

```
國家圖書館出版品預行編目（CIP）資料

我的第一本越南語發音【QR碼行動學習版】/ 阮秋姮
(Nguyễn Thu Hằng)著. -- 修訂一版. -- 新北市：國際學村
出版社, 2025.04
    面；   公分
ISBN 978-986-454-416-5（平裝）
1.CST: 越南語  2.CST: 發音

803.7941                                    114002790
```

國際學村

我的第一本越南語發音【QR碼行動學習版】

作　　　者／阮秋姮	編輯中心編輯長／伍峻宏・編輯／王文強
審　　　定／范瑞薔薇	封面設計／何偉凱・內頁排版／東豪印刷事業有限公司
繪　　　圖／歐雅玲、黎宇珠	製版・印刷・裝訂／東豪・弼聖・紘億・秉成

行企研發中心總監／陳冠蒨　　　**線上學習中心總監**／陳冠蒨
媒體公關組／陳柔彣　　　　　　**企製開發組**／張哲剛
綜合業務組／何欣穎

發 行 人／江媛珍
法 律 顧 問／第一國際法律事務所 余淑杏律師・北辰著作權事務所 蕭雄淋律師
出　　　版／國際學村
發　　　行／台灣廣廈有聲圖書有限公司
　　　　　　　地址：新北市235中和區中山路二段359巷7號2樓
　　　　　　　電話：（886）2-2225-5777・傳真：（886）2-2225-8052

讀者服務信箱／cs@booknews.com.tw

代理印務・全球總經銷／知遠文化事業有限公司
　　　　　　　地址：新北市222深坑區北深路三段155巷25號5樓
　　　　　　　電話：（886）2-2664-8800・傳真：（886）2-2664-8801
郵 政 劃 撥／劃撥帳號：18836722
　　　　　　　劃撥戶名：知遠文化事業有限公司（※單次購書金額未達1000元，請另付70元郵資。）

■出版日期：2025年04月　　ISBN：978-986-454-416-5
　　　　　　　　　　　　　　版權所有，未經同意不得重製、轉載、翻印。

Complete Copyright © 2025 by Taiwan Mansion Publishing Co., Ltd.
All rights reserved.